ஆதலினால் காதல் செய்வீர்

கிழக்கு பதிப்பக வெளியீடுகளாக சுஜாதாவின் புத்தகங்கள்

மீண்டும் ஜீனோ
நிறமற்ற வானவில்
நில்லுங்கள் ராஜாவே
தீண்டும் இன்பம்
ஆஸ்டின் இல்லம்
அனிதாவின் காதல்கள்
நைலான் கயிறு
24 ரூபாய் தீவு
அனிதா இளம் மனைவி
கொலை அரங்கம்
கமிஷனருக்கு கடிதம்
அப்ஸரா
பாரதி இருந்த வீடு
மெரீனா
ஆர்யபட்டா
என் இனிய இயந்திரா
காயத்ரி
ப்ரியா
தங்க முடிச்சு
எதையும் ஒருமுறை
ஊஞ்சல்
ஓரிரவில் ஒரு ரயிலில்
மீண்டும் ஒரு குற்றம்
விக்ரம்
நில், கவனி, தாக்கு!
வாய்மையே சில சமயம் வெல்லும்
ஆ..!
வசந்த காலக் குற்றங்கள்
சிவந்த கைகள்
ஒரே ஒரு துரோகம்
இன்னும் ஒரு பெண்
6961
ஜோதி
மாயா
ரோஜா
ஓடாதே
மேற்கே ஒரு குற்றம்
விபரீதக் கோட்பாடு
ஐந்தாவது அத்தியாயம்
மலை மாளிகை
விடிவதற்குள் வா
மூன்று நாள் சொர்க்கம்
பத்து செகண்ட் முத்தம்
கம்ப்யூட்டர் கிராமம்
இளமையில் கொல்
மேகத்தை துரத்தியவன்
ஒரு நடுப்பகல் மரணம்
நகரம்
இதன் பெயரும் கொலை
மண்மகன்
தப்பித்தால் தப்பில்லை
விழுந்த நட்சத்திரம்
முதல் நாடகம்
ஆட்டக்காரன்
ஜன்னல் மலர்
என்றாவது ஒரு நாள்
வைரங்கள்
மேலும் ஒரு குற்றம்
சொர்க்கத் தீவு
கனவுத் தொழிற்சாலை
ஆயிரத்தில் இருவர்
பதினாலு நாட்கள்
உள்ளம் துறந்தவன்
பிரிவோம் சந்திப்போம்
கரையெல்லாம் செண்பகப்பூ
இரண்டாவது காதல் கதை
நிர்வாண நகரம்
குருபிரசாதின் கடைசி தினம்
இருள் வரும் நேரம்
திசை கண்டேன் வான் கண்டேன்
ஆழ்வார்கள் - ஓர் எளிய அறிமுகம்
தேடாதே
விருப்பமில்லாத் திருப்பங்கள்
விரும்பிச் சொன்ன பொய்கள்
கை
ஆதலினால் காதல் செய்வீர்
நூற்றாண்டின் இறுதியில் சில சிந்தனைகள்
அப்பா, அன்புள்ள அப்பா
மிஸ். தமிழ்த்தாயே, நமஸ்காரம்!
சிறு சிறுகதைகள்
வாரம் ஒரு பாசுரம்
வானத்தில் ஒரு மௌனத்தாரகை
கடவுள் வந்திருந்தார்
அனுமதி
ஓலைப் பட்டாசு
சேகர், சிங்கமய்யங்கார் பேரன்
கம்ப்யூட்டரே ஒரு கதை சொல்லு
டாக்டர் நரேந்திரனின் வினோத வழக்கு
நிஜத்தைத் தேடி
பாதி ராஜ்யம்
சில வித்தியாசங்கள்

ஆதலினால் காதல் செய்வீர்

சுஜாதா

கிழக்கு

ஆதலினால் காதல் செய்வீர்
Athalinal Kathal Seiveer
by Sujatha
Sujatha Rangarajan ©

Kizhakku First Edition: January 2011
136 Pages
Printed in India.

ISBN: 978-81-8493-630-8
Title No. Kizhakku 610

Kizhakku Pathippagam
177/103, First Floor,
Ambal's Building, Lloyds Road,
Royapettah, Chennai 600 014.
Ph: +91-44-4200-9601
Email : support@nhm.in
Website : www.nhm.in

Cover Image : Shutterstock

Kizhakku Pathippagam is an imprint of New Horizon Media Private Limited

This book is sold subject to the condition that it shall not, by way of trade or otherwise, be lent, resold, hired out, or otherwise circulated without the publisher's prior written consent in any form of binding or cover other than that in which it is published and without a similar condition including this the rights under copyright reserved above, no part of this publication may be reproduced, stored in or introduced into a retrieval system, or transmitted in any form or by any means (electronic, mechanical, photocopying, recording or otherwise), without the prior written permission of both the copyright owner and the above-mentioned publisher of this book.

ஜோமோவுக்கு அத்தனை சந்தோஷத்தை என்ன செய்வது என்று தெரியவில்லை. மார்புக் கூட்டுக்குள் இடப் பக்கம் இரண்டாம் மூன்றாம் எலும்புகளுக்கு இடையில் இருபது டிகிரி செல்ஷியஸ்ஸில் பர்மனெண்ட்டாக ஒரு தங்கப் பிழம்பு குடிகொண்டுவிட்டது. விழுங்கலாமா, வெளியில் எடுக்கலாமா என்று தெரியாமல் திணறினான்.

1

> ஒருவர்: ஆச்சரியம்பா! பஸ் ஸ்டாண்டில ஒரு குதிரை தெளிவாக ஒரு வரி பேசித்து.
>
> மற்றவர்: வரிக்குதிரையா இருக்கும்!
>
> -ஜோலார்ப்பேட்டை மோகன்

சிரித்தீர்களா இல்லையா என்பது இந்தக் கதைக்கு முக்கியமல்ல. மேற்குறித்த நகைச்சுவைத் துணுக்கு ஒரு பிரபல வாரப் பத்திரிகையில் வந்திருந்ததை நீங்கள் கவனித்திருக்க மாட்டீர்கள். இதன் சிருஷ்டி கர்த்தாவான ஜோலார்ப்பேட்டை மோகன் என்பவன் நம் கதாநாயகன். நண்பர்கள் வட்டத்தில் துணுக்கு பிரபலமாகி அவன் பெயர் நாட்பட நாட் படக் குறுகி, 'ஜோமோ' என்று நிலைத்துவிட்டது தான் செய்தி. அப்படி ஒன்றும் பெரிய நண்பர் வட்டாரமில்லை. பார்ஸாரதி (த்த கிடையாது. நண்பர் களுக்கு 'மாமா'), பூர்ணசந்திர ராவ் (அரிஸ்), கிருஷ்ணமூர்த்தி (கிட்டா) - இம்மூவரும்தான் ஜோமோவின் நண்பர் வட்டம்.

அசோக் நகரில் நவீன தேவாலயம் இருக்கிறதே, அதற்கு எதிர் குறுக்குத் தெருவில் மூன்றாவது வீட்டின் மாடியில் நால்வரும் குடியிருக்கிறார்கள். ஒருவருக்கொருவர் உறவு இல்லை என்று வீட்டுக் கார அம்மாவிடம் சொல்லிவிடாதீர்கள்.

ஜோமோவைப் பற்றிச் சொல்வதற்குமுன் மற்ற மூவருக்கும் தலா ஒரு பாரா. (அவசரக்காரர்கள் மூன்று பாராக்களையும் தள்ளி விட்டுப் படிக்கலாம். மோசமில்லை. ஆனால் ராத்திரி ரேடியோவை அணைத்துவிட்டு, கொசுபத்தி பற்றவைத்துத் தூங்குமுன் ஒருமுறை படித்துவிடுங்கள். பின்னால் இந்தக் கதையில் நடக்கப்போகும் சிக்கலான சம்பவங்களின் பின்னணியை உக்கிரமாக உணர்ந்துகொள்ள ஏதுவாக இருக்கும்.)

பார்ஸாரதிதான் குழுவில் கல்யாணமானவன். அதனால்தான் மாமா. மனைவியைக் காட்டித்தான் வீடு வாடகைக்குக் கிடைத்திருக்கிறது. மனைவி நீலா செங்கல்பட்டுக்கு பத்து கி.மீ. தூரத்தில் திருமாந்தளூரில் பி.ஜி.எம். பெண்கள் உயர்நிலைப் பள்ளியில் பத்தாம் படிவத்துக்கு தமிழ் சொல்லித் தருகிறாள். புலவர் பட்டம் பெற்றவள். தப்பித் தவறி குறுந்தொகை, வேற்றுமைத் தொகை என்று அவளிடம் ஆரம்பித்துவிடாதீர்கள். நீலா கண்ணாடி போட்டுக்கொண்டு மாவட்ட அளவில் ‘கும்பகர்ணன் சிறந்தவனா? வீடணன் சிறந்தவனா?’ என்று பட்டிமன்றத்தில் அதட்டி விவாதித்ததைத் தொலைக்காட்சியில் செய்தி மலரில் ஒரு பத்து செகண்டுக்கு மௌனப்படம் போலக் காட்டினார்கள். சொப்பு மாதிரி கப்பும் கொடுத்தார்கள். நீலா சென்னைக்கு மாற்றலுக்கு மனு போட்டிருக்கிறாள். அதற்காக மாமா இந்த முனையில் நவம்பர் மாதத்துத் தேனீயைப்போல உழைத்துக் கொண்டிருக்கிறான். அரங்கநாயகத்துக்கு தெரிந்த நாயகம் ஒருவரைப் பிடித்திருக்கிறான். வாரம் தவறாமல் இல்லாளுக்கு ஒரு கடிதம் எழுதுவான். அவள் நளவெண்பாவில் இருந்தெல்லாம் மேற்கோள் காட்டி பதில் எழுதுவாள். ஒன்றரை நாள் சேர்ந்தாற்போல் விடுமுறை வந்தால் உடனே செங்கல்பட்டு. திரும்ப வரும்போது தேன் குடித்த நரி மாதிரி மாறாத புன்னகையுடன் வருவான். மாமா மாநில அரசு அலுவலகத்தில் ஏராளமான ஐ.ஏ.எஸ். டைரக்டர்களில் ஒரு டைரக்டரின் பி.ஏ. தமிழ் டைப்ரைட்டரில் ‘மாமண்டூர் கிராமத்தில் உள்ள மேற்படி கோயிலுக்குச் சொந்தமான சர்வே நம்பர் 173-ல் 1.26 ஏக்கர் விஸ்தீரணம் உள்ள புஞ்சை அயன் நிலத்தை’ ஏலத்தில் விற்பது பற்றிய அறிக்கைகளை எல்லாம் அடித்துக்கொண்டிருக்கிறான். மேல்மருவத்தூரில் தொடங்கி சகல தெய்வங்களுக்கும் பரிச்சயமானவன். சதா நெற்றியில் குங்குமம். பாக்யராஜ் படப் பிரியன். சாண்டில்யன் தொடர்கதைகளைச் சேர்த்து பைண்டு பண்ணி வைப்பது பொழுதுபோக்கு.

அரிஸ் என்று அழைக்கப்பட்ட பூர்ணசந்திர ராவ் வயதில் மூத்தவன். மாநிலக் கல்லூரியில் கணித விரிவுரையாளன். சுத்தம் என்பது சுத்தமாகக் கிடையாது. எப்போது குளிப்பது, எப்போது சாப்பிடுவது என்று விவஸ்தை கிடையாது. பிரிட்டிஷ் கவுன்சில், அமெரிக்கன் எம்பஸி லைப்ரரிகளிலிருந்து வழவழவென்று புத்தகங்கள் எடுத்துவந்து படிக்கவும் படிப்பான். ஃபிலிம் சொஸைட்டியில் செக்கோஸ்லொவாக்கியப் படம் பார்த்து விட்டு வந்து நடுராத்திரியில் பனியனுக்கெல்லாம் சர்ஃப் போட்டு வாஷ் பண்ணுவான் அல்லது கறுக் முறுக்கென்று எதையாவது சாப்பிடுவான். கண்ணாடியைக் கழற்றிவிட்டால் பசு மாடு தெரியாது. நாளைக்கு இருபது சிகரெட். கித்தார் வாசிப் பான். கணக்கில் புலியென்று இவர்களுக்கெல்லாம் தெரியாது. 'ஜாமா' (ஜர்னல் ஆஃப் அமெரிக்கன் மாத்தமாட்டிக்கல் அசோசியேஷன்) பத்திரிகையில் கட்டுரைகள் எழுதி இருக்கிறான். பெரிய பேச்செல்லாம் பேசுவதால் அரிஸ் டாட்டில் என்று பெயர் பெற்று, 'அரிஸ்' என்று சுருக்கியிருக் கிறார்கள். சொந்த ஊர் தெனாலி என்றாலும், மெட்ராஸில் பல காலம் ஆகிவிட்டதால் தமிழ் நன்றாகத் தெரியும். கல்யாணம் பண்ணிக்கொள்கிற ஜாதி இல்லை. (ஒரு புஸ்தகம் படிக்க லைப்ரரியையே வாங்கவேண்டுமா?) எம்.ஃபில் முடித்துவிட்டு பிஹெச்.டி-க்குப் பதிவு செய்து கொண்டிருக்கிறான்.

கிட்டா - கிருஷ்ணமூர்த்தி. 'பாமா ஃபார்மா' என்ற மருந்து தயாரிக்கும் கம்பெனியின் சென்னை ஏரியா சேல்ஸ் மானேஜர். பேர்தான் பெத்த பேரே தவிர ஆபீஸ் என்பது அசோக் நகர் அட்ரஸ்தான். மொத்த ஸ்டாஃப், கிட்டா ஒருவன்தான். ஃபார்மாக்காரர்கள் கோகோடீன் என்று ஓர் இருமல் மருந்தும், தாதுபுஷ்டி, தங்க பஸ்பம் வகையில் அல்லோபதி முறையில் ரத்த சுத்திக்காக சந்தேகாபஸ்தமாக கறுப்பு மாத்திரை ஒன்றும் தயாரிக் கிறார்கள். மேலும் 'ஹார்லிக்ஸ்' போல ஒன்று. 'வாட்டர்பரீஸ் காம்பவுண்டு' போல ஒன்று. ஸேமோ என்று ஒரு ட்ராங்க் விலைஸர். கிட்டா ஸார்ள்ஸ் கம்பெனியில் இருந்தவன். சிந்திக் கார மேனேஜருடன் சண்டை போட்டுக்கொண்டு கேரள கம் பெனியான பாமா ஃபார்மாவில் சேர்ந்துகொண்டு ஸார்ள்ஸின் சேல்ஸை ஒழித்துக்கட்டுகிறேன்; புதிய கம்பெனியின் விற்ப னையை இரட்டிப்பாக்குகிறேன் என்று சவால் விட்டுவிட்டு வந்திருக்கிறான். வாரத்தில் நான்கு நாள் பையைத் தூக்கிக் கொண்டு டூர் கிளம்பிவிடுவான். திரும்பி வந்ததும் அந்த ஊர்ப்

பெண்கள் கிட்டாவுக்காகவே விளக்கேற்றி வைத்துக்கொண்டு காத்திருந்ததாகப் பற்பல தீரச் செயல்களை விவரிப்பான். புருடா என்றாலும் கேட்க சுகமாக இருக்கும். கிட்டா சுயநலன். சொந்த ஊர் பாலக்காட்டுக்குப் பக்கத்தில். தினப்படி தனக்கு மட்டும் சுண்டெலி சைஸுக்கு வாழைப்பழம் வாங்கிக் கொண்டு அதைச் சாப்பிட்டு விட்டு (மலச்சிக்கல்) நியூஸ் பேப்பர் போட்டு மூடிய பாலைச் சுடப்பண்ணி 'பாதாம் விட்டா' கலந்து சாப்பிட்டுவிட்டு, என்னதான் விளக்கு எரிந்தாலும், அரிஸ் சப்தம் போட்டாலும் பத்து மணிக்கு டாண் என்று படுத்து பத்து மூன்றுக்குக் குறட்டை. பொழுதுபோக்கு பெண்ட் ஹவுஸ், ப்ளேபாய், உய் போன்ற பத்திரிகைகளை 'ஞான பூமி'யில் மறைத்து வைத்துக்கொண்டு பொம்மை பார்ப்பது.

அப்பாடா! நண்பர்களை அறிமுகப்படுத்தியாகி விட்டது. ஜோமோ வைப்பற்றி நீங்கள் போகப் போகத் தெரிந்துகொள்வீர்கள்.

காலை 5.10-க்கு அலாரம் வைத்து அடித்தபோது (கிட்டா வழக்கம் போல வெளியூர்) பார்ஸாரதி சாமி படத்தருகில் 'குலந்தரும் செல்வந்தரும்' சொல்லிக்கொண்டிருக்க, அரிஸ் போர்வைக்குள் எந்தப் பக்கம் தலை என்று தெரியாமல் தூங்கிக்கொண்டிருந்தான்.

'ஜோமோ, அப்படியே என்னுடைய பூட்ஸுக்கும் பாலீஷ் போட்டுரேன். தீர்க்காயுசா இருப்பே... பெற்ற தாயினும் ஆயின செய்யும்.'

'சரிடா.'

'டீ போட்டுட்டியா? நான் கண்டுகொண்டேன் நாராயணா என்னும் நாமமே.'

'போட்டாச்சு!' ஜோமோ கையில் தேநீர்க் கோப்பையுடன் அரிஸ்ஸைத் திறந்து உலுக்கினான். விழித்துக்கொண்ட அரிஸ், 'ஏண்டா உசிரை வாங்கறீங்க நடுராத்திரியிலே' என்றான்.

'ஏய், இன்னிக்குத்தானே யாரோ வெள்ளைக்காரன் எக்ஸ்சேஞ்ச் ப்ரொகிராம்ல வரான்னு சொன்னே?'

'ஏய், ஆமாடா! ஏழு மணிக்கு ஏர்போர்ட் போகணும்.' கண்ணாடியைத் தேடி அணிந்துகொண்டு பல் தேய்க்காமல் டீ குடித்து விட்டு, 'வெந்நீர் போட்டுட்டியா?'

'குளிக்கப்போறியா?'

'அதான் யோசிக்கிறேன். மாமா, என்னடா குளிக்கலாமா?'

'குளிச்சிரு. அண்டை அசல்ல கார்ப்பரேஷன்லே கம்ப்ளெய்ண்ட் பண்றதா இருக்கா...'

அரிஸ், ஜோமோவின் துண்டையும் சோப்பையும் லுங்கியையும் எடுத்துக்கொண்டு பாத்ரூமுக்குச் செல்ல, ஜோமோ, மாமாவின் ஷூவுக்கு பாலீஷ் போட்டுவிட்டுத் தன் சட்டைக்கு இஸ்திரி போட்டுக்கொண்டு சமையலறைக்குச் சென்று மூவருக்கும் ப்ரெட் ஸ்லைஸைப் பழுப்பாக்கி முட்டை வேகவைத்து மறுபடி வெந்நீர் போட்டுக்கொண்டு குளித்துவிட்டு, ப்ரேக்ஃபாஸ்ட் சாப்பிட்டுவிட்டுப் படியிறங்கி அலுவலகத்துக்குக் கிளம்பினான். லேட்டாகப் போனான் என்று சரித்திரமே இல்லை.

படியில் ஜன்னல் வழியாக வீட்டுக்கார அம்மாளின் பெண் ஷாலினி (லின்னி, லின்னி என்று கூப்பிடுவார்கள்) 'ஜோமோஓஓ' என்றாள்.

'குட்மார்னிங்.'

'வர்றப்ப அம்மா ஆஃப் கிலோ பீபரி வாங்கிட்டு வரச் சொன்னாங்க. ரெண்ட்டுல கழிச்சுக்கச் சொன்னாங்க' என்றாள். பெரிசாகக் கண்ணாடி போட்டுக்கொண்டிருந்தாள். இந்த அதிகாலையிலும் சூயிங்கம் மென்றுகொண்டிருந்தாள். 'வாட் யார்' என்றெல்லாம் இங்கிலீஷ் பேசுவாள். ப்ளஸ் டூ மாணவி. கணக்கில் குண்டு. நாலு படி இறங்குவதற்குள் லின்னியின் அம்மாவும் தெரிந்தாள். விதவை. போன வருஷம்தான் கணவனை இழந்தவள். ரொம்பச் சீக்கிரம் துக்கம் விட்டுப் போய்விட்டது. 'மிஸ்டர் மோகனரங்கம்' (இவள் ஒருத்திதான் ஜோமோவை, பிறந்தபோது நெல்லில் எழுதிய பெயர் வைத்துக் கூப்பிடுகிறாள்) 'லின்னிக்கு கணக்கு ட்யூஷனுக்கு அவர் ஒத்துக்கிட்டாரா?'

'யாரம்மா?'

'பூர்ணசந்திர ராவ்.'

'சொல்லிப்பார்த்தேன்மா. அவன் சோம்பேறி. கவலைப்படாதீங்க. ஒத்துக்க வைக்கவேண்டியது என் பொறுப்பு.'

'கொட்டை வாங்கி வந்துர்றீங்களா?'

'நிச்சயம்!'

பஸ் நிலையத்தில் காத்திருக்கும்போது ஜோமோ ஒரு குருட்டுப் பிச்சைக்காரனுக்கு நாலணா போட்டான். அதை அவன் ஆராய்ந்து, 'அய்யா, இந்த நாலணா செல்லாதுங்க' என்றான்.

'ஸாரிப்பா' என்று குருட்டுப் பிச்சைக்காரனுக்கு வேறு நாணயம் கொடுப்பதற்குள் பஸ் வந்துவிடவே மற்றவர்களெல்லாம் வழி விட்டு இவன் கம்பியைப் பிடிப்பதற்குள் நடத்துனர் ஊதி விட்டார். லேட்டாகி விடும் என்று ஆட்டோ பிடித்து ('எம்ப்டியா திரும்பி வரணுங்க. ஒரு ரூவா எக்ஸ்ட்ரா') அலுவலகம் வந்து சேர்ந்தான்.

லிஃப்ட்டுக்கு நீளமான வரிசை காத்திருந்தது. படி ஏறிப் போனால் முட்டி உடைந்துவிடும். இவன் முறை வருவதற்குள் லிஃப்ட்டின் ஆட்டோமாட்டிக் கதவு மூடிக்கொள்ள, ஆறு மாடி போய்த் திரும்பும்வரை காத்திருந்தான்.

ஜோமோவுக்கு இதில் எல்லாம் ஆத்திரமே வராது. அவனுக்குக் கோபம் வரவழைத்தால் உங்களுக்குப் பத்து ரூபாய் தருவேன்.

இந்த மாதிரி தினசரிச் சங்கடங்கள் எல்லாவற்றையும் கேள்வி கேட்காமல், மறுப்பு இல்லாமல் ஏற்றுக்கொள்ளும் சுலபப் பிரஜை. மற்ற பேர் சந்தோஷமாக இருந்தாலும் இவன் சந் தோஷப்படுவான். மற்ற பேர் மட்டும் இல்லை... நாய்க்குட்டி, செடி, கொடிகள் எல்லாமே சந்தோஷமாக இருக்க வேண்டும். செடிக்கு வலிக்கும் என்று பூப்பறிக்க மாட்டான். பெண்களை நிமிர்ந்து பார்க்கத் தயங்குவான். அச்சம், மடம், நாணம், பயிர்ப்பு, ஏன் கற்புகூட இவனுக்கும் சொல்லலாம். விபரீதமாக நினைத்துக் கொள்ள வேண்டாம். மனசுக்குள் ஆயிரம் காதல்கள் உண்டு. எல்லாம் வெளியே சொல்லாமல் உள்ளத்தில் பொட்டலம்.

மறுபடி லிஃப்ட் கீழே வந்தபோது கடைசி நிமிஷத்தில் ஒரு பெண் வந்து சேர்ந்துகொண்டாள். கதவு மூடினபின் அவளிட மிருந்து செண்ட் வாசனை அடித்தது. சற்று நிமிர்ந்து பார்க்க எத்தனித்தான். அவள் லிஃப்ட்டின் உள்ளே இருந்த கண்ணாடி யால் இரண்டு அவளாகி மேற்பார்வை பார்த்துக் கொண்டிருந்

தாள். டி ஷர்ட் அணிந்திருந்தாள். அதைக் கணிசமாகவே நிரப்பியிருந்தாள். ஜோமோ பாரதியின் வரிகளைப் பட்டி மன்றங்களிலும் பாடப் புஸ்தகங்களிலும்தான் சந்தித்திருக்கிறான். அந்தப் பெண்ணின் சட்டையில் 'ஆதலினால் காதல் செய்வீர்' என்று எழுதியிருந்தது. எதிர்பாராத இடம். இன்னும் ஒரு மணி நேரத்துக்குள் அவள் அந்தச் சட்டையைத் தலை வழியாகக் கழற்றப் போகிறாள் என்பதையும் அவன் எதிர்பார்க்கவில்லை.

2

அந்தப் பெண் ஆறாவது மாடிவரை வாசனையுடன் வந்தாள். ஆறாவது மாடியில் இருப்பது இரண்டு. 1.ஜோமோவின் ஆபீஸான 'ஏஸ் அட்வர்டைஸிங்'. 2. வாட்டர் டாங்க். அந்தப் பெண்ணைப் பார்த்தால் வாட்டர் டாங்க் ரிப்பேர்காரியாகத் தெரியவில்லை. எனவே தன் ஆபீஸுக்காகத்தான் வருகிறாள் என்று முடிவு கட்டி முடிச்சிடவேண்டியிருந்தது. இது வரை பார்த்ததில்லை. புதுசு. பளபளப்பைப் பார்த் தால் மாடலாக இருக்கலாம் எனத் தோன்றுகிறது. பாரதியின் வரி அவள் மூச்சுக் காற்றுக்கு ஏற்ப அலை பாய்ந்துகொண்டிருந்தது, ஜோமோவின் பிரம்மச் சாரி உள்ளத்தை இம்சை பண்ணியது. சீக்கிரம் ஆறாவது மாடி வந்துவிட லிஃப்ட்டுக் கதவு சுவா சித்துத் திறந்த மாத்திரம் அவள் நேராக ஏஸ் அட்வர் டைஸிங் ஸ்டூடியோ கதவை நோக்கிச் சென்றாள். ஜோமோவும் ஏஸ்தான். தன் அறைக்குள் சென்று உட்கார்ந்தான். தனக்கென்று தனிப்பட்ட அறை. சின்னதாக இருந்தாலும் அவனுக்குச் சந்தோஷம். அவ்வப்போது தனக்குள் பேசிக்கொள்ள அவ னுக்குத் தனிமை தேவையாக இருந்தது. இப்போது மேசைமேல் 'ஜில்' சோப்புக்காக விளம்பர வாக் கியம் பாக்கியிருந்தது. ஜில் என்று நினைத்ததுமே அந்த பெண் நினைவுத் திரையில் குறிக்கிட்டாள். இந்த முகத்தைப் பார்த்திருக்கிறான். வி.வி.டி.

தேங்காய் எண்ணெயிலா? இல்லை... கேர்ஃப்ரீயில் மாட்டு வண்டியைப் பிடிக்க ஓடுவாளே அவளா, இல்லை 'மஃபத்லால் துணிகள் மட்டுமே' என்பாளே அவளா? சே! வேலையைக் கவனி!

'குளிக்கும் அறைக்குள் நுரைக்கும் ஜில்' என்று எழுதினான். ராமா, மேனேஜர் கூப்பிடுவதாகத் தகவல் சொல்லிவிட்டு, பால் பாயிண்டை எடுத்துப் பரிசோதித்துப் பார்த்தான். ப்யூனுக்கு இத்தகைய சலுகையா? என்ன செய்வது? ராமா ஆபீஸில் ஒரு வங்கியே நடத்துகிறான். எல்லாருக்கும் கடன்.

தேவராஜன் கண்ணாடியைக் கழற்றிவிட்டு ஜோமோவைப் பார்த்து 'மார்னிங்! என்ன, வாக்கியம் ரெடியா?'

'ரெடி சார்!'

தேவராஜன் ஒரே சமயத்தில் எட்டு காரியங்கள் செய்யலாம் என்பதை அவரது மேசை அறிவித்தது.

'ஷூட்!' என்று தன் கண்களை மூடிக்கொண்டு ஜோமோவின் இலக்கிய முயற்சிக்குத் தயாரானார்.

'குளிக்கும் அறையில் நுரைக்கும் ஜில்!' என்று அவரை ஆர்வமாகப் பார்த்தான்.

'ம்ஹூம்! வேற சொல்லுங்க' என்று மறுபடி கண்ணை மூடிக்கொண்டார்.

'ஸ்நான அறையில் மேனி எழில்!'

'என்ன மோகன்? என்ன ஆச்சு உங்க கற்பனா சக்தி? இது பாருங்க, 'இருமலை உறங்கவைக்கிறது க்ளைக்கோடின். இப்போது வாங்குவீர் இலவச ஸ்பூனுடன்!' இந்த மாதிரி நறுக்குத் தறிச்சாப்பலே இருக்கவேண்டாமா? சிலப்பதிகாரமா எழுதுறீங்க? இரண்டு வார்த்தையில் ப்ராடெக்ட் வரும்படியா ஒண்ணு சொல்லுங்க பார்க்கலாம், க்விக்!'

'ரெண்டு வார்த்தை?'

'ஆமாம்'

'ப்ராடெக்ட் வேணும்?'

'ஆமாம்'

'நில்! ஜில்' என்றான்.

'ம்... நாட் பேட், ஆனா ரொம்பச் சுருக்கிட்டீங்க. பை தி வே, நான் உங்களைக் கூப்பிட்டது இதுக்கல்ல. ஸ்டூடியோல கமர்ஷியல் ஃபிலிம் எடுத்திட்டு இருக்காங்க. சாமிநாதனுக்கு நாலு வரி தேவைப்படுதாம். அவர்கிட்ட போங்க, சொல்லுவாரு.'

தேவராஜன் அவனை அந்தக் கணமே மறந்துபோய் வேலையில் ஆழ்ந்தார். சத்தம் போடுவதில் மன்னர். இந்த நிமிஷமே வேலையை விட்டு நீங்கு என்று சொல்லிவிட்டு அக்கவுண்ட் செக்ஷன் போவதற்குள் மனசு மாறி, 'மோகனரங்கா, நீ இல்லாம நான் எப்படி இந்த ஆபீஸ் நடத்தறது?' என்று முட்டிக்கால் போட்டு, 'போகாதே' என்று கெஞ்சுவார். ஜோமோ அந்த ஆபீஸில் காப்பிரைட்டர் மட்டும் அல்ல. எத்தனையோ எடுபிடி வேலைகள் செய்வான். தேவராஜனின் பையனின் ஸ்கூட்டருக்கு டாக்ஸ் கட்டுவதிலிருந்து மேட்டினி டிக்கெட் வாங்கித்தருவது வரை.

ஜோமோ ஸ்டூடியோவுக்கு அதிகம் போனவனில்லை. கோடியில் ஏசி செய்யப்பட்ட புதிய பகுதி என்று சுமாராகத் தெரியுமே தவிர, எந்தக் கதவு எதற்கு என்றெல்லாம் விவரம் தெரியாது. ஏதோ ஒரு கதவை ஸ்டூடியோ என்று நினைத்துக்கொண்டு திறக்க, கண்டா முண்டா சாமான்களாக இருந்தன. விலக இருந்தவனை ஒரு காட்சி கவர்ந்தது. அந்த அறை பிளைவுட்டால் இரண்டாகப் பிரிக்கப் பட்டிருந்தது, தடுப்புகளில் குறைபட்ட இடைவெளி வழியே அந்தப் பெண் தெரிந்தாள். தன் சட்டையைத் தலை வழியாகக் கழற்றிக் கொண்டிருந்தாள். (ஓவியர் இதற்கு மேல் படம் போட வேண்டாம்!) ஜோமோ கோந்து தடவி ஒட்டினதுபோல் நின்று விட்டான். கழற்றிய சட்டையை உதறி ஓர் ஆணி தேடி அதில் மாட்டிவிட்டு முதுகுப்பக்கம் பாடியின் கொக்கியை லாகவமாக விடுவித்து, இரண்டு கைகளையும் தொளதொளத்து விடுவித்துக் கொண்டு, உடம்பைச் சுற்றி ஏராளமான ஒரு டவலைச் சுற்றிக் கொள்ளுமுன் கொஞ்சம் இவன் பக்கம் திரும்பினாள். ஜோமோ வுக்குள் புறா அடித்துக்கொண்டது. பார்ப்பது பாவம் என்றும், குற்றம் என்றும் தோன்றியது. சற்றுநேரம்தான்! அவள் முழுவதும் போர்த்திக்கொண்டுவிட்டாள்.

இந்த இடத்தை விட்டு விலகிப் போகவேண்டும். இல்லை எனில் போலீஸ் வந்து கைது பண்ணிப் போய்விடுவார்கள் என்று

தோன்றியது. அந்தக் காட்சி பச்சை குத்தினாற்போல மனத்தில் பதிந்துவிட்டது. இதுவரை இந்த மாதிரிப் பார்த்ததே இல்லை. பிளேபாய், பெண்ட்ஹவுஸ் எல்லாம் கிட்டா காட்டியிருக்கிறான். சந்தேகத்துக்கு இடமில்லாமல் பளிச்சென்று இரண்டு பக்கப் பரப்பில் போட்டோக்கள் போட்டிருக்கும். எல்லாம் போட்டோதான்! இது நிஜம்! முப்பரிமாணம்! அசைவு, ஒரு பெண்ணின் மார்பு என்பது விகல்பமில்லாது பார்த்தால் ஒரு கலைப் பொருள் என்று அரிஸ் சொல்லியிருக்கிறான். 'சித்திரக்காரர்களின் ஆதர்சம். ஏரோடைனமிக் அண்ட் மைல்ட்லி இராட்டிக்!'

அந்தப் பெண் இப்போது உடம்பை டர்க்கி டவலால் சாரி மாதிரி மூடிக்கொண்டு கிளம்பிவிட்டாள். ஜோமோ பிரமைபிடித்தாற் போலத்தான் விலகினான்.

ஸ்டூடியோ வாசலைக் கண்டுபிடித்து உள்ளே சென்றபோது ஒரு சன்னல் திறந்து அதற்கு அந்தப் புறத்திலிருந்து சன்னமான திரை அமைத்து ஃபேன் காற்று தென்றலாக நடித்துக்கொண்டிருந்தது. சலவைக்கல் சுவரில் பொந்து வைத்து முத்துமாலை எல்லாம் வைத்து, அதனருகில் புது 'ஜில்' கட்டி ஒன்று தயாராக இருந்தது. பக்கத்தில் ரோஜா வண்ணத்தில் ஒரு குளிக்கும் தொட்டி காத்து இருந்தது. கேமரா, லைட்டுகள், ஷவர் பைப் எல்லாம் காத் திருந்தன.

சாமிநாதன், 'வாங்க, உங்களுக்காகத்தான் காத்திருக்கேன். நாலு வரி வேணும்! அவ்வளவுதான். கொஞ்சம் லிஃப்ட்டிங்கா!'

'சொல்லுங்க சார்!'

'முதல்ல ஜன்னல்லேர்ந்து லேசா காத்து வீசறது. திரை அசங்கற மாதிரி ஷாட்டு எடுக்கறோம், பின்னணியில் உஸ்தாத் அது என்ன கான்? அவர் ஸரோட் வாத்திய இசை. கேமரா அப்படியே பான் பண்ணி ஜில் சோப்புக்கு வரது. அபியோட கை, அப்புறம் அவ முழங்கை, முகம், கழுத்து, காலு - சென்ஸார் எங்கங்கெல்லாம் அனுமதிக்கிறாங்களோ அங்கெல்லாம் நீர்த்திவலைகள் போக்கு வரத்துன்னு இருக்கும். ஜோரா பின்னணியில் டீப்பா ஒரு வாய்ஸ் வருது. நாலே நாலு வரி! சொல்லுங்க பார்க்கலாம்.'

இப்போது அந்தப் பெண் கதவைத் திறந்துகொண்டு புதிதாகச் சுதந்தரம் பெற்ற ஆப்பிரிக்க நாட்டு ஜனாதிபதிபோல உள்ளே நுழைந்தாள்.

'அபி! இதான் மோகன், ஆபீஸ்ல டாப் காப்பி ரைட்டர். இது அபிலாஷா, பாத்திருப்பியே?'

'பார்த்திருக்கேன்' என்றான் குற்ற உணர்வுடன்.

அபிலாஷா அவனைச் சினேகிதமாகப் பார்த்து 'ஹாய்!' என்றாள். 'சுவாமி! ஷாட் ரெடியா? மத்தியானத்துக்குள்ள விட்டுடுவீங்களா? முதல்ல ஒழுங்கா ஒரு டிரஸ்ஸிங் ரூம் வேணும் ஸ்டூடியோவுக்கு.'

'வருது! வருது! இப்பத்தானே ஒவ்வொண்ணா இன்ஸ்டால் பண்ணிட்டிருக்கோம். இது என்னது உடம்பு பூரா டவல், ஜூலியஸ் சீஸர் மாதிரி?'

'ஷாட் ரெடியாறபோது குறைக்கலாமே?'

'என்னப்பா மோகன்? சொல்லு'

மோகன் கவிதா வேகம் பெற்று-

சில்லெனக் காற்று
மெல்லெனப் பாட்டு
சொல்லொணா ஈர்ப்பு
ஜில்லெனும் சோப்பு!

என்றான்.

'ப்யூட்டிஃபுல்! போன ஜன்மத்திலே நீ கம்பன்ய்யா! எப்படி அபி?'

'Lousy! It stinks!' என்றாள்.

'இவளுக்கு ரசனையே கிடையாது! ஒரு பேப்பர்ல எழுதிக் கொடுத்துடுப்பா! துரை! எங்கய்யா நுரை?'

'ரெடி சார்'

'சோப் மேல படாமே லேசா நுரை இருக்கட்டும். என்ன? இங்க ஒரு பேபி போடுய்யா! கம் அபி!'

அபிலாஷா என்கிற பெண் இப்போது தன் மார்பில் மட்டுமே டவல் மறைக்க குளிக்கும் தொட்டிக்குள் மேக்கப்புடன் இறங்கி, 'அவசியமில்லாத ஆளுங்க எல்லாரையும் வெளியே போகச் சொல்லுங்க' என்றாள்.

சாமிநாதன் ஜோமோவைப் பார்த்து, 'மோகன் தாங்க்ஸ்ப்பா. நான் தேவராஜன் கிட்ட சொல்லிக்கிறேன். எழுதிக் கொடுத்திட்ட, இல்லே?'

வெளியே வந்தபோது ஜோமோவுக்கு வயிற்றில் ஒரு மாதிரி சங்கடம் இருந்தது. ஏன் என்று தெரியவில்லை. அவனுக்கு டெலிபோன் வந்திருக்கிறது என்று குறிப்பு எழுதி மேசைமேல் நம்பர் வைத்திருந்தது.

'ஜோமோ! நான்தாண்டா அரிஸ்!'

'சொல்லு! ஒழுங்கா ஏர்போர்ட் போய்ச் சேர்ந்தியா?'

'லேட்டாத்தான் போனேன். நல்லவேளை ப்ளேனும் லேட். ஜோமோ, எனக்கு ஒரு ஒத்தாசை வேணும். வெள்ளைக்காரனை ஷெராட்டன்ல போட்டிருக்கேன், ஆனா, ஒரு நாள் ஒரு டிபிகல் இண்டியன் ஹவுஸ்ஹோல்டில் தூங்கணுமாம். நீதான் வீட்டுக் கார அம்மாவுக்கு ரொம்ப ஜிக்ரி தோஸ்தாச்சே! ஏற்பாடு பண்ணிக்கொடேன் ஒரு நாளைக்கு?'

'பண்ணிக் கொடுக்கறேன், ஒரு கண்டிஷன்! லின்னிக்கு கணக்கு ட்யூஷன் சொல்லிக் கொடுக்கணும்.'

'லின்னி?'

'வீட்டுக்காரப் பொண்ணு! ப்ளஸ் டூ.'

'கம் ச்யூ பண்ணிக்கிட்டு, ஒரு மாதிரி பேண்ட் போட்டுட்டு, ஒரு மாதிரி இங்கிலீஷ் பேசிட்டு... கொடுமைடா! நான் மாட்டேன்!'

'வெள்ளைக்காரன் உனக்கு முக்கியமா?'

'ஆமாடா, ஸ்காலர்ஷிப் ஒண்ணு. சரி, ஒழி. என்னிக்கு ஆரம் பிக்கணும்?'

'அரிஸ், நான் அப்புறம் போன் பண்றேன். சம்திங் இம்பார்ட் டண்ட்' என்று டெலிபோனைப் பட்டென்று வைத்துவிட்டான்.

அபிலாஷா அவனை நோக்கி வந்துகொண்டிருந்தாள்.

3

பெண்களுடன் அத்தனை கிட்டத்தில், அத்தனை வாசனையுடன் ஜோமா பேசினதில்லை. (அவனுடைய ஸ்டெனோ சரோஜம்மா பெண்களுடன் சேர்த்தியில்லை.) அபிலாஷா ஆபீஸ் கதவைத் திறந்து 'எக்ஸ்க்யூஸ் மீ?' என்றாள்.

'வாங்க வாங்க! உங்களைப் பார்த்துமே உங்ககூடப் பேசினாலே பாக்கியம்னு நினைச்சேன். உக்காருங்க' என்று சொல்லத்தான் நினைத்தான். பதிலாக சைக்கிள் வால் ட்யூப் பிடுங்கிக்கொண்டது போல ஒரு விதமான சப்தம் மட்டும்தான் எழுப்ப முடிந்தது. தான் பார்த்ததைப் பார்த்து விட்டாளா என்று பயம். மேலும் அவள் மூச்சு விடுவது இவனுக்கு மூச்சுத் திணறியது. அழகாக இருக்கிறோமே என்று ஒரு கர்வம் வேண்டாம்? ஒரு பிகு? 'உக்காருங்க' என்று ஒரு வழியாகச் சொல்ல முடிந்தது.

'எனக்கு டயம் இல்லை. 'அட் லிபர்ட்டி'க்குப் போணும். அங்க ஒரு போட்டோ செஷன் இருக்குது. எஸ்.என் பெருங்காயத்துக்கு. நீங்கதானே மோகன ரங்கம்?' என்று விரல்களால் கூந்தலை வாரிக் கொண்டாள்.

'ஆமாம்!'

'ஜோலார்ப்பேட்டை?' தீட்டிச் செதுக்கினாற்போல விரல்.

'ஆமாம்!'

'உங்கப்பா பேரு பாண்டுரங்கம்?' ஃப்ளூட்டை விழுங்கினாற் போலக் குரல்.

'ஆமாம்!' என்றான், ஜாதகத்தையே விரிக்கிறாளே என்ற ஆச்சரியத்துடன்.

'நீங்கதான் நான் தேடிக்கிட்டிருக்கிற ஆளு! சாமிநாதன் சொன்னாரு. எங்கப்பா உங்களைச் சந்திக்க விரும்பறார். நாங்க கூடப் பூர்வீகம் ஜோலார்ப்பேட்டைதான். எங்கப்பாவும் உங்கப் பாவும் சின்னப் பிள்ளைலேர்ந்து மாங்கா பறிச்சாங்களாம். 'இந்த ஆபீஸ்ல மோகன்னு பையன் இருக்காம்மா. விசாரிச்சு நிச்சயம் வீட்டுக்கு கூட்டி வா'ன்னார். நீங்க எப்ப ஃப்ரீயா இருப்பீங்க? இப்ப நான் ஃப்ரீயில்லை...' என்றபடி அவள் தன் கைப் பையிலிருந்து சில பொருள்களை எடுத்து வைத்தாள். பாக்கியம் பண்ணின ஒரு சின்னக் கைக்குட்டை, பாக்கியம் பண்ணின சீப்பு, சிறு பர்ஸ், மேக்கப் செட், கையகலத்துக்கு ஒரு டைரி! அதைப் பிரித்துச் சோதித்து, 'நாளன்னைக்கு எனக்கு செஷன் ஏதும் இல்லை. ஃப்ரீ! நாளன்னைக்கு நான் இங்க வரேன். சாயங்காலம் உங்களை எங்க வீட்டுக்கு அழைச்சிட்டுப் போறேன். நோ அப் ஜெக்ஷன்தானே? வலுவிலே ஒரு பொண்ணு வந்து வீட்டுக்குக் கூப்பிடறாளேன்னு வித்தியாசமா நினைக்காதீங்க.'

'இல்லைங்க, இல்லைங்க. உங்களுக்கு எப்பவுமே' என்று ஆரம் பிப்பதற்குள், அவள், 'பை' என்று சொல்லிவிட்டுப் போய் விட்டாள்.

அவள் மறந்துபோய்விட்ட கைக்குட்டையை இதயத்தின் அருகில் உள்ள பாக்கெட்டில் பத்திரப்படுத்தி வைத்துக் கொண்டான். வட்டாரமே பிரகாசமாகிவிட்டது. காதோரத்தில் பாட்டரி இணைத்தாற்போல மின் அதிர்ச்சி ஏற்பட்டது.

சரோஜம்மா டைப் அடித்துக்கொண்டிருந்தது, ராமா தேநீர்க் கோப்பையை அலம்பியது எல்லாமே சங்கீதம்போல் இருந்தது. இலக்கணம் இல்லாமல் எண்ணங்கள் சிறகடித்தன. அவள் தந்தையும் என் தந்தையும் ஒரே ஊர்க்காரர்கள். அவள் தந்தை என்னை வரச் சொல்லியிருக்கிறார். அப்படி என்றால் என்ன அர்த்தம்? புரிந்துகொள்வதில் கொஞ்சம் தாமஸமான ஜோமோ வுக்கே லவுட் அண்ட் கிளியராகப் புரிந்தது. வீட்டுக்குப் போனதும் மாமாவிடம் சொன்னான்.

ஆதலினால் காதல் செய்வீர் | 21

'நீ சொல்றது ரைட்டு. கல்யாணம்தான் உத்தேசமாக இருக் கணும். பொண்ணு அழகாடா?'

'அழகா? நான் அப்படியே ஆடறேன் வாத்யாரே...'

'நீலாவைவிட அழகா?'

'யாரு, உன் மனைவியா? மாடல்யா இவ! இது வேற கோத்திரம்!'

'மாடலா? ம்ஹூம்... அப்பக் கல்யாண உத்தேசமாயிருக்காது. ரேஷன் கார்டு, கீஷன் கார்டு புதுப்பிக்கிறதுக்காக இருக்கும். நீதான் அந்த வேலையெல்லாம் சுத்தமாச் செய்வியே! உன் புகழ் பரவி...'

வாசல் கதவு தட்டப்படும் சப்தம் கேட்க, திறந்து பார்த்தால் 'ஜோமோ' என்றாள் லின்னி. மார்போடு புத்தகங்களை அணைத்துக்கொண்டு கம் மென்றபடி, 'எங்க ப்ரொபஸர்?' என்றாள்.

'மாமா, எங்கடா அரிஸ்?'

'இதோ தூங்கறான் பாரு! மத்தியானமே காலேஜ்லேருந்து வந்துட்டான். உள்ளே வா பாப்பா.'

'அம்மா ட்யூஷனுக்கு அனுப்பிச்சாங்க, அவரு இல்லையா? நான் போகலாமா?' என்றாள் உற்சாகத்துடன்

'இரு இரு! டேய் அரிஸ், எழுந்திருடா, அந்தப் பொண்ணு வந்திருக்கு பாரு!'

'குலுக்கு. அப்பத்தான் எழுந்திருப்பான்'

'எதைக் குலுக்கணும்?' என்றாள் லின்னி. அவன் கண் விழிக்க, 'குட் ஈவினிங் ப்ரொபஸர்' என்று அவனருகில் சென்று குனிந்து சிரித்தாள் லின்னி. அரிஸ் கண்ணைத் திறந்தான்.

'உயிரை வாங்கறீங்க. ஒரு ஆளை நிம்மதியாத் தூங்கவிட மாட் டீங்க. டீ போட்டியா?' அரிஸ் இப்போதுதான் அவளைப் பார்த்தான். தாயார் கொடுத்த ஊட்டமெல்லாம் மார்பில் ஒதுங்கி யிருந்தது. சட்டென்று எழுந்து போர்வையை வேட்டியாகச் சுற்றிக்கொண்டு, 'வாட் இஸ் திஸ்!'

லின்னி, 'உங்ககிட்ட ட்யூஷன் சொல்லிக்க வந்திருக்கேன். அம்மா அம்ச்சாங்க.'

அரிஸ் எனப்பட்ட பூர்ணசந்திர ராவ் தன் மாணவி ஆகப் போகிறவளை ஆதியோடந்தமாகப் பார்த்தான். சப்பளம் கட்டிப் படுக்கையில் அமர்ந்தான். 'இதப் பாரு, எங்கிட்ட பாடம் கத்துக்கணும்னா புடைவை கட்டிக்கிட்டு வரணும். இந்த மாதிரி டைட்டா உள்ளுக்குள்ள ஒன்றுமில்லாம சட்டை போட்டுக்கிட்டு வந்தாக்கா உன் ப்ரெஸ்ட் எனக்கு பயங்கர டிஸ்ட்ராக்ஷன்!'

'ஏய் அரிஸ்! எதை யார்கிட்டே பேசணும்னு உனக்கு விவஸ் தையே கிடையாதா?'

'மாமா, இந்தப் பொண்ணு எனக்குப் பாடம் சொல்லித் தரும். ஷாலினிதானே உம் பேரு? நீ ஹரால்ட் ராபின்ஸ் படிச்சிருக்கியா?'

'ஓ!'

'சிட்னி ஷெல்டன்?'

'ஓ!'

'மூணு தலைமுறைக்கு செக்ஸ் போதும்! முதல்ல சூயிங்கத்தைத் துப்பிட்டு புடைவை கட்டிட்டு வா!'

இப்போது வீட்டுக்கார அம்மாள் உள்ளே வந்திருந்தாள். 'லின்னி, அவர் சொல்றது சரிதான். சார், மன்னிச்சுங்கங்க. நாளைக்கே தாவணி ஒண்ணு ஓரம் அடிச்சு ஜாக்கெட்டும் பாவாடையும் தெச்சி அனுப்பிச்சுறேன்.'

'அப்ப நாளைக்கு ஆரம்பிக்கலாம்'.

'இல்லைங்க. இன்னிக்கு நாள் நல்லாயிருக்குது. ஏதாவது ஆரம் பிச்சு வச்சிருங்க. ஒரு பத்து நிமிஷம்! எப்படியாவது எம் பொண்ணை கணக்கில் பாஸ் பண்ண வெச்சுடுங்க.'

'பாஸ் என்ன பாஸ்! தொண்ணூறுக்கு குறையில்லாம மார்க் வாங்க வைக்கிறேன். அது பெரிசில்லை. ஆனா, பழக்கங்கள்லாம் விடணும். நீங்க போங்க. நான் கவனிச்சுக்கறேன். லின்னி, முதல்ல துப்பு!'

லின்னி அவனை முறைத்துக்கொண்டே சூயிங்கத்தை வாயி லிருந்து எடுத்து சுவரில் ஒட்ட வைத்தாள். 'நாராயணா!' என்றான் மாமா.

'எம் பொண்ணை எப்படியாவது தேத்திருங்க... இந்த மாதிரி வாத்தியார் கிடைக்கணும்னுதான்...'

'நீங்க போங்க! வாம்மா, இப்டி உக்காரு!'

லின்னி உதட்டுக்குள் திட்டிக்கொண்டே அருகில் வந்து உட்கார்ந்தாள்.

'இன்னிக்கு சாஸ்திரத்துக்கு ஒரு வரி பாடம் போதும். நாளைக்குச் சரியாத் தொடங்கலாம். எங்கே எழுதிக்க... 'All truly great equations are simple', ஆல்பர்ட் ஐன்ஸ்டைன்!'

அவள் வியப்புடன் அதை எழுதிக்கொள்ள, 'இவ்வளவுதானா சார் பாடம்?'

'இன்னிக்கு இவ்வளவுதான்! ஆலிஸ் இன் ஒண்டர்லாண்ட் படிச்சிருக்கியா?'

'சின்னப் புள்ளைல படிச்சிருக்கேன்.'

'இப்ப மறுபடி படிச்சுப் பாரு!'

'நாசமாப் போச்சு' என்று மாமா தலையில் அடித்துக்கொண்டான்.

'நீ போகலாம். பாடம் முடிஞ்சு போச்சு' என்றான் அரிஸ். போனதும் மாமா, 'அந்தப் பொண்ணு கணக்கைத் தவிர சகலமும் உங்கிட்ட கத்துக்கப்போறது. டேய் அரிஸ், ஜோமோ கதையைக் கேளு. ஆபீஸ்ல ஒரு மாடலாம். இவங்கிட்ட வந்து பேர், விலாசம், மச்சம், எப்ப அம்மை குத்தினாங்க எல்லாம் விசாரிச்சு வீட்டுக்குக் கூப்பிடறதாம்! புருடான்னு நினைக்கிறேன். அரிஸ், நீதான் கிட்டாகிட்ட சொல்லி எப்படியாவது என் ரூமை விட்டு மாத்தச் சொல்லுடா. நீலா பொங்கலுக்கு வரா, மூணு பேர் படுத்துக்க முடியாது.'

'கிட்டா!' என்று அரிஸ் கூப்பிட்டான். 'எங்க? கக்கூஸுக்குப் போயிருக்கானா?'

'கிட்டா ஊர்ல இல்லைடா. போய் மூணுநாள் ஆச்சு!'

'பின்ன காலைல என்னை எழுப்பினது யாரு?'

'நான்டா' என்றான் ஜோமோ.

'கிட்டா எப்ப வரான்? கழுத்து வலி பொளக்குது. கார்ட்டிஸான் வேணும்.'

கிட்டா மாலை ஏழு மணிக்கு வந்த கையோடு வெந்நீர் போட்டுக் குளித்துவிட்டு, தலைமயிரை ஹேர் டிரையரைப் போட்டு உலர்த்திக்கொண்டு, 'ஜோமோ... ஒரு நிமிஷம்' என்றான்.

'என்ன'

'மாமா எங்க?'

'பொண்டாட்டிக்குக் கடுதாசி எழுதி ஆர்.எம்.எஸ்ல சேர்க்க சென்ட்ரல் போயிருக்கான். சொல்லு?'

'ஜோமோ! ஐம் இன் லவ்!'

'போன தடவை டூர் போனபோதும் இதைத்தாண்டா சொன்னே!' என்றான் அரிஸ்.

'இல்லைடா, இந்த முறை தி ரியல் திங்! பெங்களூர்ல ஏரியா சேல்ஸுக்குப் போயிருந்தனா? பிருந்தாவன் எக்ஸ்பிரஸ் எழுபது நிமிஷம் லேட்டா?'

'த பாரு! இந்த உப கதைகள்லாம் வேண்டாம். விஷயத்துக்கு வா, சுருக்கமாச் சொல்லு!'

'ஓட்டல்ல ஒரு பொண்ணு வந்து கதவைத் தட்டினாடா!'

'பாவி! கேஸா இருக்கும்.'

'ஆமடா. நீங்கதானே சொல்லியனுப்பிச்சீங்க...நைட்டுக்குன்னு உள்ள வந்து கதவைச் சாத்திக்கிட்டா. 'அய்யோ ரூம் தப்பும்மா, ரூம் தப்பு'ன்னு அலர்றேன். அவளோ டக்குன்னு எல்லாத் தையும் கழட்டறா.'

'அய்யோ டேய்! மேல விவரம் வேண்டாம்டா!'

'இரு என் காதலைப் பற்றிச் சொல்லலையே!'

'காதலா? யாரை அந்தப் பொண்ணையா?'

'இல்லடா, ரெய்டு பண்ண வந்த போலீஸ்காரியை!'

4

அரிஸ் சாதாரணமாக எதிலும் அதிர்ச்சி அடைய மாட்டான். கிட்டாவின் இந்த வாக்கியம். சத்தியமாக அவனை நாற்காலியிலிருந்து ஒன்றிரண்டு இஞ்ச் துள்ள வைத்தது. 'என்னது? சரியாச் சொல்லு. போலீஸ்காரியா? போலிஷ்காரியா?'

கிட்டா உற்சாகமாக, 'போலீஸ் சப் இன்ஸ்பெக்டர், சிக்பெட் ஏரியால...'

'பொம்பளையா?'

'ஆமாம்! பேரு கஸ்தூரி, கத்திரிக்கோல் கஸ்தூரின்னா வட்டாரத்தில் இருக்கிற எல்லாருக்குமே டெர்ரர்'

அரிஸ் அவனை நிதானமாகப் பார்த்து, 'கிட்டா? கிட்ட வா! என்ன உடம்பு கிடம்பு சரியாயில்லையா?'

'ஏன்?'

'இல்லை, ஊர்ல எவ்வளவோ டாக்டர், நர்ஸ், டீச்சர், கிளார்க்குனு பெண்கள் இல்லையா? உனக்கு போலீஸ்காரிதான் அகப்பட்டாளா?'

'ஏன், போலீஸ்காரியைக் காதல் பண்ணக் கூடாதுன்னு ரூல் இருக்கா? போலீஸ்காரி அழகா இருக்கக்கூடாதுன்னு ரூல் இருக்கா? ஜோமோ, இதோ பாரு போட்டோ! நீயே சொல்லு, எப்படி?'

அவன் காட்டின போட்டோவில் சீருடையில், தலைமயிரை அடக்கித் தொப்பிக்குள் ஒளித்து, ஒரு மாதிரி பார்த்துக் கொண்டிருந்தவளை அழகு என்று சொல்வதில் ஜோமோவுக்கு அபிப்பிராயபேதம் இருந்தது. அபிலாஷாவைப் பார்க்காதிருந்தால் ஒரு வேளை அவன் இவளை அழகென்று சொல்லியிருக்கலாம்.

'எப்படி?'

'போட்டோவில் தெரியலை, நேராப் பார்க்கணும்.'

'யூனிபார்ம் இல்லாம பாரு. கிரேட்! 'மிஸ்! இது ஷேடி ஜாயிண்ட்டுன்னு எனக்குத் தெரியாது. வேற ஒட்டடல்ல இடம் இல்லைன்னுட்டுதான் இங்க வந்து சேர்ந்தேன்'னேன். 'ஐ அண்டர்ஸ்டாண்ட் மிஸ்டர் கிருஷ்ணமூர்த்தி! உங்க கண்ணைப் பார்த்தாலே இன்னஸென்ஸ் தெரியுது'ன்னா. ஒரு மா...திரி தமிழ் பேசறா. 'ஆமாவா', 'எங்க உள்க்கு வாங்க, உங்க உள்க்கு வாங்க', 'பூர்த்தி, எல்லாரையும் 'சீதா'வில அரெஸ்ட் பண்ணணும்', இப்படி!'

'பேர் என்ன சொன்னே?'

'கத்திரிக்கோல் கஸ்தூரி.'

'கத்திரிக்கோல் எதுக்கு?'

'ரெய்டு பண்றப்ப யாரையாவது கையும் களவுமாப் பிடிச்சா, படக்குன்னு வெட்டிருவா'

'அய்யோ? எதை?'

'தலைமயிரைடா, அறிவு கெட்டவனே! இந்தப் பொண்ணுங்க என்ன பண்றாங்க. அரெஸ்ட் பண்ணிக்கிட்டு போனா ரெகுலரா வக்கீலை வெச்சு, லா ரொம்ப வீக்கா? உடனே ரிலீஸ் வாங்கிட்டு ரெண்டாவது நாளே தொழிலுக்கு வந்துர்றாளுகன்னு கஸ்தூரி என்ன பண்றா தெரியுமோ? தலைமயிரை ஒட்ட வெட்டிர்றா. பெரும்பாலும் மொட்டை அடிச்சுர்றா. மயிர் முளைக்கிற வரைக்கும் தொழிலுக்கு வராம இருக்கட்டும்னு நல்ல எண்ணத்தோட!'

'அவளைப் போயி நீ காதலிக்கிறியா?'

'பாத்த உடனே தோணிப் போச்சுரா. அரிஸ், நானும் பாண்டிச்சேரில இருந்து பண்டரிபுரம்வரை எத்தனையோ பெண்களைப்

பார்த்திருக்கேன். பேசியிருக்கேன். இருந்தாலும் இவளைப் பார்த்ததும் எனக்குள்ள ராகவேந்திரா சுவாமியே ஒரு ஜோதியைக் கொடுத்து, 'கிருஷ்ணமூர்த்தி, இவதாண்டா உன் எதிர்கால மனைவி! இவளை வரித்துக் கொள்ளு'ன்னு இலக்கண சுத்தமாச் சொல்லிட்டுப் போய்ட்டாப்பல ஆயிட்டுது! நான் என்ன பண்ணு வேன்! வீட்டில போய் ஒழுங்கா விசாரிச்சு, பெண்கள் சுதந்தரம், இந்திரா காந்தி, மருந்து வியாபாரம்னு மணிக்கணக்காப் பேசி யாச்சு. அப்பா அம்மாவைச் சந்திச்சாச்சு, என் போட்டோ கொடுத் திருக்கேன். சைடாலே போஸ் கொடுத்து சோமு எடுத்தானே அது. அவ போட்டோ வாங்கிட்டாச்சு. லெட்டர் எழுதறேன்; சங்கராந்தி ஹாலிடேஸ்ம்போது வந்து விவரமாப் பேசலாம்னு சொல்லியிருக்கா. ஓ ஐம் தி ஹாப்பியஸ்ட் மேன்! போலீஸ் காரியைக் கல்யாணம் பண்ணிக்கிட்டா என்னவெல்லாம் சௌகரியம் பாரு! சினிமா எல்லாம் க்யூவில நிக்கவேண்டாம். பஸ்ல டிக்கெட் வாங்கவேண்டாம்!

'சரிதான், வீட்டைக் காலி பண்ணவேண்டியதுதான். எங்க திரும்பினாலும் காதலா இருக்கு!'

சொல்லிவைத்தாற்போல் அபிலாஷா இரண்டு தினம் கழித்து ஆபீஸுக்கு வந்தாள். 'என்னை ஞாபகம் இருக்குதா?'

'ராப்பகலா உங்க ஞாபகம்ந்தாங்க' என்று சொல்வதற்கு வெட்கப்பட்டு, 'உம், ஏன் இல்லாம?' என்றான்.

'எங்கூட வரீங்களா? அப்பாவைச் சந்திக்கலாம்.'

ஜெமினி வளைவில் திரும்பி நுங்கம்பாக்கம் ஈரோடு ஓவர்பிரிட்ஜ் இறங்கி, சிக்னலில் நேராகப் போய் இரண்டாவது, மூன்றாவது குறுக்குச் சந்தில் ஆட்டோ நிற்கும்வரை சென்னை ரோடுகளை வாழ்த்திக்கொண்டே அவள் மேல் பல தடவை பட முடிந்தது. படுதல் என்றால் பக்கவாட்டில் சற்றே அவள் புஜமும் வலக் காலும் அவ்வப்போது உரசியதுதான். இதிலேயே இத்தனை ஆனந்தமா என்று வியந்துகொண்டு அந்தப் பெரிய வீட்டின் பக்கவாட்டில் கார்ப்பரேஷனுக்குச் சலுகையாக அமைந்திருந்த இடைவெளியில் நடந்து பின்கட்டில் தனியாக சிறியதாக இருந்த வீட்டுக்குச் சென்றான்.

முன்னறையில் காந்தி, காமராஜ், விக்டோரியா மகாராணி, லெனின் போன்றவர்களின் படங்களிலிருந்து அவர் எந்தக் கட்சி

என்று சொல்ல முடியவில்லை. எல்லாமே 1947-க்குமுன் எடுத்தவை என்பதில் சந்தேகமில்லை. அபிலாஷாவின் அப்பா, 'வாங்க தம்பி' என்று வரவேற்றார். 'பாண்டுரங்கம் மகனாமே நீங்க! ரொம்ப சந்தோஷம். உட்காருங்க.'

அபிலாஷாவின் அப்பாவின் வாய் எங்கே என்று சொல்ல முடியாதபடி மீசை வைத்திருந்ததால் அவர் பேசப்பேச அது ஆடியது. அகலமான முகம். மலிவான காலத்தில் குடை மிளகாய் போல மூக்கு, கதரில் அரைக்கைச் சட்டை போட்டு அதில் பழைய கால ப்ளாக்பர்ட் பேனா குத்தியிருந்தார். பட்டன்கள் தங்கம், நூல் கோத்து இருந்தன. இந்தச் சந்திப்புக்காக தலை சீவியிருந்தார் என்று சொல்லலாம்போல இருந்தது. டென்ச்சர் அணிவார் போல இருந்தது. தாடையில் ஒரு வித மணிபர்ஸ்தனம் இருந்தது.

'உங்கப்பாவை நல்லாவே தெரியும். பொம்பளைங்க கூடல்லாம் சின்னப்புள்ளைல கிச்சுகிச்சுத் தாம்பாளம் ஆடுவான். மரத்தில் ஏறுவான். உடையார் தோப்புல நாங்க பறிச்சுத் திங்காத மாங்காயா? என்ன அபிக்குட்டி? இதைக் கேளு.'

'சொல்லிட்டிங்கப்பா' என்று அபிலாஷா உள்ளே போனாள்.

'அபிக்குட்டியைப் பாத்தீங்கல்ல?'

'பார்த்தங்க' என்றான் குற்ற உணர்வோடு.

'அன்ய்?'

'காது கொஞ்சம் கேட்காது' என்று அபிலாஷா எட்டிப் பார்த்துச் சொல்லிவிட்டு மறைந்தாள்.

'அபிக்குட்டிதான் காப்பாத்துது. கடைசிக் காலத்தில ரிடையர் ஆயிட்டேன். பின்ஷன் வருது. இருநூத்தைம்பது ரூபா. ஃபாரஸ்ட் ஆபீஸரா இருந்து, உப்புச் சத்தியாக்கிரகத்தும்போது ஜெயிலுக்கு போயிருக்கேன். இவங்களும் எவ்வளவோ சொன்னாங்க. தியாகிக்கு மனுப்போடு, தாமிரப் பத்திரம், பணம் எல்லாம் வரும்னு. அவங்களா என்னுடைய தியாகம் தெரிஞ்சுக்கிட்டா சரின்னேன். ரெண்டு கல்யாணம் பண்ணேன். ரெண்டும் போயிருச்சு.' கண்களைப் பின்னங்கையால் துடைத்துக் கொண்டார். 'மங்களூர்ல போஸ்டிங் ஆகியிருக்கறப்ப அபி பொறந்துச்சு. அபிக் குட்டியைப் பார்த்தல்ல. நல்ல சிவப்பில்லை? அம்மா மங்களூர்க்காரி. அபி டீ கொண்டா.'

‘இதோ வந்துட்டேம்பா. போட்டுக்கிட்டுத்தான் இருக்கேன்’

‘ராவ் பகதூர் பட்டம் வேணாமின்னுட்டேன். உப்புச் சத்தியா கிரகத்திலே ஜெயிலுக்குப் போயிருக்கேன். கண்ணுதான் கொஞ்சம் மங்கலாயிருச்சு. இப்ப நீங்க அங்க உக்காந்திருக்கீங்க. ஆள் தெரியுது. மொத்தையா முகம் தெரியுது. பைக்குள்ள என்ன பேனாங்களா?’

‘இல்லைங்க, கையி.’

‘அன்ய்! எனக்கு என்ன வயசு இருக்குங்கறீங்க?’

‘அம்பதுக்கு மேலே சொல்ல முடியாதுங்க’ என்றான் ஜோமோ அநியாயமாக.

‘அன்ய்?’

‘அம்பது’ என்று கைவிரல்களைச் சைகை காட்டினான்.

‘எழுவத்தெட்டு’ என்று கண்கலங்கச் சிரித்தார். சட்டென்று கண்ணைத் துடைத்துக்கொண்டார். ‘அபி, டீ என்ன ஆச்சு?’

கொஞ்சம் தாட்டியான வேலைக்காரப் பெண் வந்து ஒரு கோப்பையில் டீ கொண்டுவந்து அவன் கையில் கொடுத்தாள். ஜோமோ, ‘பெரியவருக்கு?’ என்றான்.

‘அவரு இப்ப ஏதும் சாப்பிட மாட்டாரு. ராத்திரி ஒரு தம்பளர் மோருதான்.’

‘தாங்க்ஸ்’ என்று வாங்கிக்கொண்டவனைப் பார்த்துச் சிரித்தாள். ஜோமோ பதிலுக்குச் சிரித்தான். அந்தப் பெண் வெட்கப்பட்டுக் கொண்டு உள்ளே ஓடிவிட்டாள்.

‘உங்களை எதுக்கு நான் கூப்பிட்டன்னா, தப்பா நினைச்சுக்காதீங்க தம்பி! அபிக்குட்டி சொல்லிச்சில்லை?’

‘சொல்லிச்சுங்க.’

‘அன்ய்?’

உரக்க, ‘நீங்க என்னைப் பார்க்க விரும்பறதாச் சொல்லிச்சுங்க!’

‘அபியைப் பாத்தீங்கல்ல இப்ப?’

'பார்த்தங்க.'

'அதைப்பத்தி என்ன நினைக்கிறீங்க?'

'நல்ல பொண்ணுதாங்க.'

'பாண்டுரங்கத்துக்கு எழுதட்டுமா?'

'எதைப் பத்திங்க?'

'அன்ய்?'

'எதைப் பத்தி?'

'கல்யாணம்தான், வேற என்ன? உனக்கு ஏதாவது அப்ஜிசன் உண்டுன்னா?'

ஜோமோ உரக்கவே, 'அய்யோ, அதெல்லாம் இல்லைங்க. நானே எங்கப்பாவுக்குக் கடிதம் எழுதறங்க. நான் சொன்னா அவர் நிச்சயம் ஒப்புத்துக்கிடுவார்!'

'நீயும் எழுதறியா? எழுதி அவங்களை வரவழைச்சு நிச்சய தார்த்தத்தை ஏற்பாடு செய்யலாம்.' ஜோமோவுக்கு நரம்புகளை எல்லாம் யாரோ மீட்டி ஸிம்ஃபனி சங்கீதம் வாசிப்பதுபோல இருந்தது. அபிலாஷா உள்ளே வந்து டீக்கோப்பையை எடுத்துக் கொள்ள, 'என்ன? எல்லாம் பேசியாச்சா?' என்று அவன்மேல் புன்னகை செய்தாள்.

5

ஜோமோவுக்கு அத்தனை சந்தோஷத்தை என்ன செய்வது என்று தெரியவில்லை. மார்புக்கூட்டுக்குள் இடப் பக்கம் இரண்டாம் மூன்றாம் எலும்புகளுக்கு இடையில் இருபது டிகிரி செல்ஷியஸ்ஸில் பர்மனெண்ட்டாக ஒரு தங்கப் பிழம்பு குடிகொண்டு விட்டது. விழுங்கலாமா, வெளியில் எடுக்கலாமா என்று தெரியாமல் திணறினான். சென்னை நகரமே வேஷம் மாறியிருந்தது. பல்லவன் பஸ்களும் பரங்கிக்காய் விற்பவர்களும் சங்கீதம் உபயோகப் படுத்துவதுபோலத் தோன்றியது.

'என்னாலே நம்பவே முடியலைடா. அரிஸ், லாட்டரி அடிச்சாப்பல இருக்கு.'

'ஜோமோ, உனக்கு ஒரு வார்த்தை சொல்லட்டுமா?'

'வேண்டாம்.'

'கல்யாணம் பண்ணிக்காதே, ஷ்னைடர்னு ஒரு ஜெர்மன் சைக்காலஜிஸ்ட்டு. வாழ்நாள் பூராவும் கல்யாணங்களை ஆராய்ஞ்சிருக்கிறான். கல்யாணமாகி மூணு வருஷத்துக்குள்ள கணவனும் மனைவியும் பேசவேண்டியதையெல்லாம் பேசித் தீர்த்துர்றாங்களாம். அதுக்கப்புறம் மௌனம், மகா மௌனம். டி.எஸ். எலியட் சொன்னாப்பல 'விக்ரோப் டுகெதர் அண்ட் அவாய்ட் ஸ்பீச்.'

'டேய் மாமா! ஜோமோ கல்யாணம் பண்ணிக்கப்போறது என்ன லாஷா?'

'அபிலாஷா!'

மாமா, 'என்னடா திடுதிப்புன்னு? நாங்கள்லாம் பொண்ணைப் பார்த்து சம்மதம் சொல்லவேணாமா?'

'கூட்டிட்டு வருவேண்டா, நிச்சயம்!'

'பாரு, அரிஸ் சொல்றதைக் கேக்காதே. பெஸ்ஸிமிஸ்ட் இவன். கல்யாணம் ரொம்ப உத்தமமானது.'

'பட்டு வேஷ்டி கொடுக்கறாங்கங்கறதுக்காக ஒரு பெண்ணை வீட்டுக்குக் கூட்டிட்டு வரது கொடுமை. வாம்மா லின்னி.'

லின்னியை ஒரு வாரத்தில் மாற்றியிருந்தான். பாவாடை தாவணி அணிந்துகொண்டு, இருக்கிற கூந்தலை ரப்பர் வளையத்தில் சேமித்து, நெற்றிக்கு ஒரு பொட்டுகூட இட்டு, கண்ணாடி ப்ரேம் மாற்றி, ஏறக்குறைய அழகாக இருந்தாள்.

'குட் ஈவினிங் சார்.'

'அபீலியன் க்ரூப் எல்லாம் படிச்சியா? புரிஞ்சுதா?'

'புரியலை சார்! இன்னொரு தடவை சொல்லித் கொடுத்துட் டீங்கன்னா...'

'எனக்கும் புரியலை. எதுக்காக உங்களுக்கு க்ரூப்ஸ், ரிங்ஸ், ஃபீல்ட்ஸ் எல்லாம் வெச்சிருக்காங்கன்னு உங்க வாத்தியார் களுக்கே புரியாதே. காம்யூட்டேட்டிவ், அசோஸியேட்டிவாவது புரிஞ்சுதா?'

'ஒரு மாதிரி குண்ட்ஸாப் புரியுது சார்!'

'இப்பப் பார், நான் உனக்கு முத்தம் கொடுத்தா நீ எனக்குத் திருப்பி முத்தம் கொடுக்கலாம். இது ஒரு காம்யூட்டேட்டிவ் ப்ராஸஸ். இதையே நான் ஒரு நாய்க்குட்டிக்கு முத்தம் கொடுத்தா அது திருப்பி முத்தம் கொடுக்க முடியுமா? இது நான் காம்யூட் டேட்டிவ். ஏ-டாட்-பி இஸ் ஈக்வல்டு பி-டாட்-ஏ! புரியுதா?'

'இப்பப் புரியுது. ஒரு ஹஸ்பண்டு வொய்ஃபுக்கு முத்தம் கொடுத்தா?'

‘அது காம்யூட்டேட்டிவ்! நான் நேத்திக்கு ஒரு குருவி காட்டினேனே, என்ன பேரு?’

‘வாலாட்டிக் குருவி சார்! க்ரே வாக்டெயில்னு சொன்னீங்க.’

‘நீ ரொம்ப லக்கி! டவுன்களிலே அந்தக் குருவியை லேசில பார்க்க முடியாது. ப்யூட்டிஃபுல் பர்ட் இல்லை?’

‘ஜோமோ! ப்ரொபஸர் நிஜமாவே ஜீனியஸ். என்னைத் தோட்டத்திலே அழைச்சுட்டுப் போயி என்ன என்னல்லாம் காட்டினார் தெரியுமோ?’ என்று வாலாட்டிக் குருவி போலப் பேசினாள் லின்னி.

மாமா, ‘அரிஸ்! இந்தப் பொண்ணுக்கு என்ன பாடம் சொல்லித் தர? வாலாட்டிக் குருவியெல்லாம் மேதமாட்டிக்ஸில் எப்படி வருது?’

‘நேச்சரோட ப்யூட்டியை அப்ரிஷியேட் பண்ணத் தெரிஞ்சாத்தான் கணக்கு வரும் முதல்ல.’

‘நாசமாப் போச்சு!’

‘இந்தப் பொண்ணை முதல் பரீட்சையிலேயே தொண்ணூறு வாங்க வைக்கறேனா இல்லையா பாரு.’

‘அதுக்குள்ள இது என்னவெல்லாம் வேண்டாத விஷயங்கள் கத்துக்கப் போறதோ!’

‘சார்! நான் குடுத்த புஸ்தகம் படிச்சுட்டீங்களா?’

‘ஆச்சு.’ அரிஸ் அலமாரியிலிருந்து ‘செக்ஸ் அண்ட் தி சிங்கிள் கர்ள்’ என்ற புத்தகத்தை எடுத்துக்கொடுத்தான்.

‘இவகிட்ட கத்துக்க வேண்டியது எனக்கு நிறைய இருக்கு, என்ன லின்னி? பேசாம அந்த மூலையிலே உக்காந்துக்கிட்டு இந்த மூணு ப்ராப்ளம்ஸையும் போடு. என்ன?’

‘ட்ரை பண்றேன் சார்.’

‘அதுக்குள்ள சின்னதா ஒரு தூக்கம் போட்டுட்டு வந்துர்றேன் லின்னி. பி எ டார்லிங்! என் சாக்ஸ் நாலு வாஷ் பண்ணி வெச்சுர்றியா?’

‘வித் ப்ளெஷர் சார்.’

மாமா, 'இது ஒண்ணும் உருப்படற கேஸாத் தெரியலை' என்றான்.

ஜோமோ தன் அறைக்குப் போய், 'அன்புள்ள அப்பாவுக்கு' என்று உடனே கடிதம் எழுத ஆரம்பித்தான். லின்னி கணக்கு போடாமல் சோம்பேறித்தனமாக அரிஸ்ஸின் கித்தாரைத் தடவிக் கொண்டிருக்க, அதன் விண்ணென்ற கம்பிகள் இன்பமாக ஒலி யெழுப்புவது கேட்டது.

'இப்பவும் உங்கள் இளமைக் காலத்து சினேகிதர் ஒருத்தரை இன்றைக்குச் சந்தித்தேன். அவர், பாண்டுரங்கத்தை நன்றாகத் தெரியும் என்றார். சின்ன வயசில் நீங்கள் மாங்காய் அடித்ததை எல்லாம் சொன்னார். ஃபாரஸ்ட் ஆபீசராக இருந்து ரிட்டையர் ஆனவராம். சத்தியாக்கிரகியாம். அவர் பொண்ணுக்குக் கல்யாண விஷயமாக உங்களுக்கு எழுதுவதாகச் சொன்னார். அப்பா, நானும் அந்தப் பெண்ணைப் பார்த்தேன். பிடித்துப்போய் விட்டது. அந்தப் பெண் நமக்கு உறவாகக்கூட இருக்கலாம் என்று தெரிகிறது. அவள் தகப்பனாரின் பெயர்....'

பெயர், பெயர் கேட்டு வைத்துக்கொள்ள மறந்து போய் விட்டேனே! ச்சே!

ஜோமோ மணி பார்த்தான். ஆறரைதான். திரும்ப ஒரு நடை போய் விசாரித்துவிட்டு வந்துவிடலாம். ரயில்வே ஸ்டேஷனில் தபாலில் சேர்த்துவிடலாம். இன்றைக்கே காரியம் முடிந்தாக வேண்டும்.

அபிலாஷாவை மறுபடி சந்திக்கப் போகிறோம் என்கிற நினைவே அவனைப் பற்ற வைத்தது. உடனே சட்டை பேண்ட் மாற்றிக்கொண்டு புறப்பட்டான்.

'இதப் பாரு, எஃப் ஷார்ப் ஜி பேஸ். ரெண்டு கார்டு கத்துக்க முதல்ல' என்று அரிஸ் அந்தப் பெண்ணின் கழுத்தில் கையை மாலையாகப் போட்டு அவள் விரல்களை கித்தார் கம்பிகளில் அழுத்திக்கொண்டிருந்தான்.

'சார், வலிக்குது.'

'புதுசா எதுவும் இப்படித்தான், முதல்லே வலிக்கும்.'

ஆட்டோவில் மறுபடி மேம்பாலம், சினிமா தியேட்டர் அருகில் உள்ள சந்து என்று விரையும்போது அரிஸ்ஸின் வினோத

ட்யூஷனைப் பற்றிக் கவலையுடன் நினைத்தான். அரிஸ் அந்தப் பெண்ணை எடுபிடி ஆளாக உபயோகிப்பதையும், கணக்கைத் தவிர அல்லது கணக்கோடு பற்பல காரியங்களையும் அவ ளுக்குக் கற்றுத் தருவது அந்த இளம் மனத்தை எப்படிப் பாதிக்கும் என்றும் கவலைப்பட்டான். அரிஸ் அவளைப் பெண்ணாகவே நினைக்க மாட்டான். அவன் செயல்களில் விகல்பம் ஏதும் கிடையாது. ஆனால், சட்டென்று யாராவது பார்த்தால் தப்பாகத் தான் எடுத்துக்கொள்வார்கள். கித்தாரின் கம்பிகளை அழுத்தப் பழகித் தரும்போது அவன் முழங்கை லின்னியின் மார்பையும் அழுத்தியதைச் சில பேர் தப்பாக எடுத்துக்கொள்ளக் கூடும். அரிஸ்ஸிடம் ஒரு முறை சொல்லிவிடவேண்டும்.

மீண்டும் அபிலாஷாவின் வீட்டுக்கு வந்து கதவைத் தட்டியதில் கதவு கொஞ்ச நேரத்தில் 'யாரு?' என்று கேட்டது. 'நான்தான் மோகன், அபி' என்றான்.

தனியாக இருக்கிறாளா?

கதவைத் திறந்தது அபிலாஷா இல்லை. அந்த வேலைக்காரப் பெண்தான் நின்றுகொண்டிருந்தாள். ஜோமோவைப் பார்த்ததும் 'வாங்க' என்று புன்னகை புரிந்தாள். 'என்ன திரியும் வந்துட்டீங்க?'

'இல்லை வந்து.... பார்த்துட்டுப் போகலாம்னு...' என்று மழுப்பினான். அந்தப் பெண் எல்லாம் தெரிந்தவள்போலப் புன்னகை பூத்தாள். 'உள்ளே வாங்க.'

'அவுங்க இல்லியா?'

'எவுங்க?'

'அப்பா, அபிலாஷா?'

'ரெண்டு பேரும் வெளியே போயிருக்காங்க, டாக்டரைப் பார்த் துட்டு, கண்ணாடி மாத்திக்கிட்டு அப்படியே சோசியரைக் கேட்டு நிச்சயதார்த்தத்துக்கு நாள் பார்த்துரலாம்னு போயிருக்காங்க. அரை அவர் முக்கா அவர் ஆகும். ஏதாவது சொல்லணுமா?'

'இல்லைங்க. வந்தா வந்துட்டுப் போனேன்னு சொல்லுங்க.'

'என்ன, என்னைப் புடிச்சு 'வாங்க போங்க'ங்கறீங்க.'

'பெரியவர் பேரு தெரியணும். எங்கப்பாவுக்குக் கடிதம் எழுதணும்'

'ஷண்முகசுந்தரங்க. தியாகி சுந்தரம்னு சொன்னாத்தான் தெரியும்னு சொல்வாரு. உள்ள வாங்களேன்.'

'இல்லைங்க... நான் வரேன்.'

'ரொம்ப வெக்கப்படறீங்களே?' இந்தக் கேள்வியின் தொனியில் ஒருவிதமான அழைப்பு இருந்தது திகைக்க வைத்தது. அந்தப் பெண்ணை நிமிர்ந்து பார்த்தான். சற்றுப் பருமனாக, தள தளவென்று இருந்தாள். வேலைக்காரிக்கு அலங்காரங்கள் ஜாஸ்தியாகத்தான் இருந்தது. எல்லாம் சினிமாவால்தான் என்று தோன்றியது. கொஞ்சம் ஃப்ளர்ட்டாக இருப்பாள் போலும். முதல் காரியமாக கல்யாணம் ஆனதும் இவளை நிறுத்தச் சொல்லிவிடவேண்டும்.

ஒரு கோப்பைத் தேநீரை அவனருகில் மேசைமேல் வைத்து விட்டு அந்தப் பெண் ஜோமோவின் பக்கத்தில் உட்கார்ந்தாள். அவன் கையைப் பற்றி இழுத்துத் தன் கன்னத்தில் தேய்த்துக் கொள்கிற மாதிரி பண்ண முயற்சி செய்ய, ஜோமோ சிரமத்துடன் பிடுங்கிக்கொண்டான்.

'என்னங்க இது? நீங்க பண்றது நல்லாவே இல்லை.'

'என்னைப் பார்க்கத்தானே வந்தீங்க! பொய் சொல்லாமச் சொல்லுங்க!'

'அட என்னது, எழவாப் போச்சு!'

'பொய்யி! பொய்யி!' என்று அந்தப் பெண் ஜோமோவின் கழுத்தைப் பிடித்துக்கொண்டு தன் மார்பின்மேல் அழுத்தி வீழ்த்தினாள்.

6

அண்மையில் அந்தப் பெண் கொய்யாப்பழம் சாப்பிட்டிருக்க வேண்டும். ஒரு வேலைக்காரிக்கு, பயங்கரத் துணிச்சல்தான். 'என்னங்க, என்னம்மா, இப்படிச் செய்யறது நல்லாவே இல்லை. அய்யோ, விடு, மூச்சுத் திணறது' என்றான். கிட்டப் பார்த்ததில் அந்தப் பெண் செழிப்பான ஊட்டம் என்று தெரிந்தது. முழங்கையில் பிடித்த இடத்தில் ஜோமோவுக்கு வலிக்கவே வலித்தது. 'த பாரு. இப்படி உணர்ச்சி வசப்படறது நல்லதில்லை. எக்குத் தப்பா ஏதாவது ஆயிருச்சுன்னா?' என்றதற்கு அவள், 'ஊஹ¬ஹ¬ ஹ¬ம்' என்று அர்த்தமில்லாமல் மொழிய ஆரம் பித்தாள். நிகழ்வது என்ன என்பதே அவனுக்குச் சரியாகப் புரியவில்லை. பட்ட இடமெல்லாம் தொட்ட இடமெல்லாம் கழுதைப் பஞ்சு திணித்த குப்பம் குவில்ட்போல இருந்ததால் அவள் மேனியில் இரண்டு ஜோமோவுக்கு இடம் இருந்தது.

நல்ல வேளை, வாசலில் செருப்புச் சத்தம் கேட்டது. 'அவுங்க வந்துட்டாங்க, அவுங்க வந்துட்டாங்க' என்று அலறினான்.

'அப்றம் பார்த்துக்கலாம் உன்னைய' என்று விலகிக் கொண்டாள். புடைவையைச் சரி செய்துகொண்டு 'அவகிட்டச் சொல்லிடாதீங்க கண்ணாளா' என்று அவசரமாக உள்ளே போனாள்.

போராட்டத்தில் தேநீர்க் கோப்பை சிதறியிருந்தது. திகைத்துப் போய் வலித்த இடங்களைத் தேடிப் பார்த்துத் தடவிக் கொண்டிருக்கையில் அபிலாஷாவும் அவள் தந்தையும் உள்ளே வந்தார்கள்.

'அட! மாப்பிள்ளை மறுபடியும் வந்துட்டீங்க!'

'சும்மா பா... பார்த்துட்டுப் போலாம்னுட்டுத்தான்...'

'அன்ய்?'

அபிலாஷா இரைச்சலாக, 'இந்த வீடு அப்படி அவரை இழுக்குதாம்பா! டீ சாப்டறீங்களா?'

'வேண்டாம், வேண்டாம், சாப்ட்டாச்சு' என்றான்.

'எம்பொண்ணு எங்.... க போயிருவா. உங்களுக்குன்னுதான் தீர்மானம் ஆயிருச்சே. சோசியரைப் பார்த்துட்டுத் தேதி வெசாரிச்சுக்கிட்டு வந்தோம். தை மாதம் முதல்லயே நாள் நல்லா இருக்குதாம். உங்கப்பாவுக்கும் லெட்டர் எழுதிர்றேன். அவன் சம்மதிப்பானில்லை?'

'தாராளமா! நானும் இன்னிக்குத்தான் எழுதப்போறேன். ஞாயிற்றுக்கிழமை பிருந்தாவன்ல வரச் சொல்லியிருக்கேன்.'

'இங்கேயே வந்து தங்கட்டும். வேற ஓட்டல் ஏதும் வேண்டாம். என்ன, அப்ப தை மாதம் வெச்சுக்க முடியும்னு சொல்றீங்க? ஏன்னா கல்யாண மண்டபம் புக் பண்ணணும். பத்திரிகை அடிக்கணும். எவ்வளவோ இருக்குதில்லை?'

'அதெல்லாம் நீங்க தொடங்கிரலாங்க. அப்பா நான் சொன்னா ஒப்புத்துக்கிடுவாரு. அதும் தெரிஞ்ச ஃபாமிலி வேற.'

'அபிக்குட்டி, பேசிக்கிட்டு இரு. நான் வந்துர்றேன்' என்று உள்ளே போனார் தியாகி சுந்தரம்.

'இத்தனை நேரம் என்ன செய்துக்கிட்டு இருந்தீங்க' என்றாள் அபிலாஷா.

நிமிர்ந்து பார்த்ததில் அவநம்பிக்கையாக இருந்தது. தை மாதம் இவள் என்னுடையவளா? நல்லவேளை தப்பித்தோம். எக்கச்சக்கமான சமயத்தில் பார்த்திருந்தால்?

'என்ன யோசனை?'

'கல்யாணம் முடிஞ்சதும் வேலைக்கு வேற ஆளு பார்த்துர லாங்க.'

'அது உங்க இஷ்டம்' என்றாள் சற்றே ஆச்சரியத்துடன்.

'நீங்க ஒரு முறை என் ரூமுக்கு வரணும். நண்பர்களையெல்லாம் அறிமுகப்படுத்தணும்.'

'அதுக்கென்ன, குடும்பத்தோட வரம்.'

'நீங்க முதல்ல வரணும்.'

'வந்தாப் போச்சு, மாப்பிள்ளைக்கு இந்தச் சலுகை இல்லைன்னா எப்படி?'

'மாப்பிள்ளை!' எத்தனை இனிமை! 'எப்ப வரீங்க?'

'உங்கப்பா வரதுக்குள்ள வரேன். அவருக்கு என்ன எழுதி யிருக்கீங்க?'

'இந்த மாதிரி, பொண்ணு புடிச்சு போச்சு, அவங்க உறவாக்கூட இருக்கலாம். எதுக்கும் நீங்க ஒரு முறை வந்து பார்த்துப் பேசிர்றது நல்லதுன்னு...'

'நிஜமாகவே உங்களுக்குப் பொண்ணு புடிச்சுப் போச்சா?' என்று புன்னகை செய்தாள்.

ஜோமோவுக்கு வேலைக்காரி வலியெல்லாம் பறந்து போயிற்று. 'என்னங்க அப்படிக் கேட்கறீங்க? உங்களைச் சந்தித்ததே பெரும் பாக்கியம்னு சொல்லணும்.'

'நாங்கதான் பாக்கியம் பண்ணியிருக்கோம். உங்களை ஆபீஸல பார்த்ததுமே எனக்குப் பிடிச்சுப் போயிருச்சு.'

ஜோமோ வீட்டுக்குச் செல்லும் வழியில் பாடிக்கொண்டே வந்ததைப் பாதசாரிகள் கவனித்தார்கள்.

வீடு வந்தபோது வெள்ளைக்காரன் மோடாவில் அசௌகரிய மாக உட்கார்ந்திருந்தான்.

'மீட் மை ஃப்ரெண்ட் ஜோமோ, திஸ் இஸ் ரிச்சர்ட் லெஸ்டர். ரிச்சின்னு கூப்பிடுவேன். நான் சொல்லலை? எக்ஸ்சேஞ்சு ப்ரோகிராம்ல வந்திருக்கான்.'

'ஹலோ' என்று கை குலுக்கினான். லின்னி தட்டில் தோசை எல்லாம் கொண்டுவந்து வைத்ததும், 'மை திஸ் இஸ் இன் வைட்டிங்! வாட்ஸ் திஸ்?' என்று மிளகாய்ப் பொடியைக் காட்டிக் கேட்டான்.

'திஸ், வி கால் கன் பவுடர்.'

விரல்களால் தடுமாறி அள்ளிக் கொஞ்சம் கொஞ்சமாக மிளகாய்ப் பொடியில் தோய்த்தெடுத்து ஸ்பூனில் அள்ளிக்கொண்டு தீர்மானமின்றித் திணறியபடி வாயில் போட்டு மென்று விழுங்கினான். அவன் கொஞ்ச நேரத்தில் திண்டாடப் போவது கண்ணாடி போலத் தெரிந்தது.

செக்கச் செவேல் என்று இரு விழிகளும் சிவந்தன. 'வெரி நைஸ்....வெழி நைஸ்... தேங்க்யூ' என்றான்.

'நீட் ஸம் வாட்டர்?'

தலையை ஆட்டினான்.

'ரிச்! யூ வாண்ட் டு ட்ரை ஸம்திங் எல்ஸ்' என்றாள் லின்னி.

'ஒய் நாட்?'

'ரிச்! யூ வாண்ட் டு டேஸ்ட் ஸம் ரியல் இண்டியன் டெலிக்கஸி. திஸ் இஸ் இட்!'

'வெரி நைஸ்' என்றான் ஆனந்தக் கண்ணீருடன்.

ஜோமோ உள்ளே செல்ல மாமா, 'என்னடா ஆச்சு உன் கல்யாணம்?'

'ஏறக்குறைய செட்டில் ஆனாப்பல மாமா. எல்லாம் பேசியாச்சு.'

'இந்த அரிஸுக்குப் புத்தியே கிடையாது. வெள்ளைக்காரன் ஏற்கெனவே அதிர்ஷ்டக் கரப்பு மாதிரி இருக்கான். அவனுக்கு மிளகாச் சட்டினியைக் கொடுத்து... நாசம்!'

அரிஸ் உள்ளே வந்து, 'கிட்டா எங்கடா?'

‘தெரியல.’

‘இவன் ஏன் என்னமோ மாதிரி முழிக்கிறான். மருந்து ஏதாவது கொண்டுவான்னுட்டு...’

‘வேர்ஸ் த பாத்ரூம்?’

சொன்னான். அவன் ஓடினான். பாத்ரூமை விட்டு வெளியே வந்தவுடன், ‘ஏண்டா அறிவுகெட்ட முண்டமே, அவனே காரம் பிடிக்காதவன். அவனுக்குப் போய் மொளகாப் பொடியைக் கொடுத்து இப்ப அவனுக்கு பாத்ரூம் எங்கேன்னு காட்டணும். எப்படி உக்காறதுன்னும் காட்டு’ என்றான் மாமா.

‘லின்னி! ஒரு வேஷ்டி கொடும்மா வெள்ளைக்கார அய்யாவுக்கு.’

அரிஸ் வெள்ளைக்கார எக்ஸ்சேஞ்சு ப்ரொபஸரை ஆதரவாக அழைத்துச் செல்ல, ஜோமோவுக்கு இது கவலையாகத் தோன்ற வில்லை. ஆதலினால் காதல் செய்வீர்! ஒரு கணம் அந்தக் காதலின் வெண்மை, அபிலாஷாவின் வீனஸ் வகை சங்கதி எல்லாம்...

‘கிட்டா புதுசா பெண்ட்ஹவுஸ் வெச்சிருக்கான். பாத்தயோ?’

‘அதெல்லாம் வேண்டாண்டா எனக்கு.’

‘ஆரம்பத்தில் அப்படித்தான் தேன் குடிச்ச நரியாட்டம் இருக்கும். அப்றம் சவிரி, கொண்டை, ஏர்பின், அண்ட்ராயர்லாம் பாத்தப் பறம் ஒரு மாதிரி சமநிலைக்கு வந்துருவே!’

‘மாமா, உலகம் ரொம்ப இனிப்பானதுடா!’

‘நாளைக்கு நான் செங்கல்பட்டு போறேன். கிட்டா, வந்தியா, பாத் ரூம்ல ஒரு வெள்ளைக்காரன் இருக்கான். மருந்து வேணுமாம்.’

கிட்டா பையை வைத்துவிட்டு, டையைக் கழற்றி விட்டு, ‘ஷ்.... அப்பாடா! டேய் ஜோமோ, என்னைத் தேடிட்டு யாராவது வந்தாளா!’ என்றான்.

‘நான் இப்பத்தான் வரேன் கிட்டா.’

‘உன்னைத் தேடிட்டு யார் வருவான்? பேப்பர்காரன், தபால் காரன்...’

‘கஸ்தூரி...’

‘அய்யோ போலீஸ்காரியா?’

‘ஆமாம். டூட்டில வரா. எனக்கு லெட்டர் எழுதியிருக்கா.’

‘போலீஸ்காரி, வெள்ளைக்காரன்! இந்த வீட்டுல யார்தான் நுழையறதுன்னே விவஸ்தையில்லாமப் போச்சு.’

‘மாமா, ராத்திரி அவ எங்க படுத்துப்பா?’

‘இது என்ன கேள்வி? போலீஸ்காரி போலீஸ் ஸ்டேஷன்ல படுத்துக்கறா.’

‘இல்லடா, நம்மோடதான் தங்கணும். ஜோமோ, எப்படியாவது லின்னிகிட்ட சொல்லி கீழே ஏற்பாடு செய்துகொடேன்?’

‘முதல்ல அவ வரட்டும்!’

அரிஸ், ரிச்சை மறுபடி கைத்தாங்கலாக, ‘ஈஸி, ஈஸி’ என்று சொல்லிக்கொண்டே அழைத்து வர, அவன் இப்போது கிழிந்த நார்போல இருந்தான். இப்போதும், ‘வெரி நைஸ் வெரி நைஸ்’ என்றுதான் சொல்லிக்கொண்டிருந்தான்.

‘ரிச், யூ வாண்ட் ஸம் பட்டர்மில்க்?’

‘நோ!’ என்று அதட்டி, ‘ஜஸ்ட் கெட் மி எ டாக்ஸி!’

‘கன் ஐ கெட் யூ ஸம் எண்ட்ரோ வயோஃபார்ம்?’ என்றான் கிட்டா அறிமுகமில்லாமல்.

‘லின்னி, போய் டாக்ஸி ஒன்று எடுத்துக்கிட்டு வந்துரு.’

ரிச் கப்பல் கொள்ளைபோனது போலத் தலையைப் பிடித்துக் கொண்டு மறுபடி பாத்ரூம் போகலாமா என்று உக்கிரமாக யோசித்துக்கொண்டிருக்கையில் டக்டக் என்று திறந்திருந்த கதவு குச்சியால் தட்டப்பட, ஜோமோ சென்று, ‘யார் சார் வேணும் உங்களுக்கு?’ என்றான், அங்கே நின்றுகொண்டிருந்த காக்கிச் சட்டை அதிகாரியைப் பார்த்து.

‘இதுதானே கிருஷ்ணமூர்த்தி அவரோட உள்ளு!’ என்றாள் அவள்.

‘ஸாரி ஸாரி நீங்க....’

‘கஸ்தூரி வந்ததாச் சொல்லுங்க’ என்றாள்.

7

மிலிட்டிரிக்காரர்கள் மாற்றலாகிப் போகும்போது கொண்டு வருவார்களே, அந்த சைஸில் ஒரு பெட்டியை அந்தப் பெண் அலட்சியமாக உள்ளே இழுத்துப்போட்டாள். கையைத் தட்டிக் கொண்டு, 'கிருஷ்ணமூர்த்தி, அவரு எங்கே?' என்றாள். காக்கிச் சீருடையில் வயசுக்குப் பெரிசாகவே இருந்தாள். பூனைக் கண்கள், சடையைச் சுருக்கமாக வெட்டித் தொப்பிக்குள் வைத்திருந்தாலும் இடுப்பின் வளைவு பெண்தான் என்று காட்டிக் கொடுத்தது. மிக மெல்லிய உதடுகளால் அதிகம் சிரிக்க மாட்டாள் போலும். சட்டைப்பைக்குள் டைரி வைத்திருந்தாள்.

கிட்டா உள்ளேயிருந்து வந்தவன் அவளைப் பார்த்ததும் முகம் மலர்ந்து, 'வா கஸ்தூரி, ஃப்ரெண்ட்ஸ்! இதான் நான் சொல்லலை கஸ்தூரி!' அவள் மூன்று பேருக்கும் பொதுவாக சிக்கனமாக ஹலோ சொல்லிவிட்டு நாற்காலியில் சுவாதீனமாக உட்கார்ந்துகொண்டு, 'பெட்டியை உள்ள எடுத்து வெச்சுருங்க கிருஷ்ணமூர்த்தி' என்றாள்.

'நீங்க இங்க தங்கப்போறீங்களா?' என்றான் மாமா வியப்புடன்.

'ஆமா, கிருஷ்ணமூர்த்தி அவரு சொல்லலை?'

'என்னடா சொன்னே நீ?'

'சொல்றதுக்குள்ள இவளே வந்துட்டா' என்று சிரித்துவிட்டு 'கஸ்தூரி எத்தனை நாள் ட்ரெயினிங்?'

'பத்னைஞ்சு திவசா, ஏன் ஏதாவது அசோரியமா?'

'அதெல்லாம் ஒண்ணுமில்லை.'

'அப்படித்தான்! டேய் என்னடாது ரெண்டு பேரும் கேட்டுக் கிட்டே இருக்கீங்க. எம் பெண்டாட்டி வேற வரப் போறா! அரி, சொல்லேண்டா! மிஸ், இதப் பாருங்க, நீங்க வந்ததில் ரொம்ப டிஸ்டர்பன்ஸ். உங்களை எப்படி, எங்க படுக்க வைக்கிறது?'

'ஒப்பன் ஏர்லகூட படுத்துப்பன். மெய் தாங்கும்.'

'நீ வா கஸ்தூரி, இவன் கிடக்கான்.'

'அரிஸ், என்னடாது... ஜோமோ, சொல்லேண்டா.'

'இருந்துட்டுப் போகட்டும்டா' என்றான் அரிஸ். இதற்குள் அவள் பெட்டியைத் தரதரவென்று தன் அறைக்கு இழுத்துச் சென்று விட்டான் கிட்டா. 'சமாளிக்கலாம்டா. ட்ரெய்னிங்குக்கு காலைல போனா சாயங்காலம்தான் வருவா. இல்லையா கஸ்தூரி?'

'இல்லை, மத்யானம் வந்துருவேன். காலைலதான் ட்ரெய்னிங்.'

'என்ன ட்ரெய்னிங்?'

'மார்ஷியல் ஆர்ட்ஸ், செல்ஃப் டிபென்ஸ்ல. நுங்கம்பாக்கத்தில் ஸ்கூல் நடத்தறாங்க. அதுக்கு என்னை செலக்ட் பண்ணி அனுப் பிச்சிருக்காங்க.'

மாமா, 'அய்யோ, என்னடாது, என் வொய்ஃப் வரப்போறாடா. இவனானா ட்யூஷன், வெள்ளைக்காரனுக்கு தோசைன்னு புரளி பண்ணிட்டிருக்கான். ஜோமோ நேத்தைக்கே கல்யாணம் பண் ணிக்கணும்னு ஒத்தைக்கால்ல நிக்கறான். ஏண்டா இப்படி வீட்டை சென்ட்ரல் ஸ்டேஷன் ஆக்கிட்டீங்க!'

'ஸ்லோலி ஸ்லோலி. எனக்கு அத்தனை வேகமாத் தமிழ் பேசினா புரியாது' என்று கஸ்தூரி இயல்பாகத் தன் பெட்டியைத் திறந்து அதிலிருந்து சாரி எடுத்துக்கொண்டு, 'பாத்ரூம் எங்கருக்கு?' என்று கேட்க, உடன் கிட்டா, 'நான் காட்டறேன்' என்று அழைத்துச் செல்ல, மற்ற நபர்கள் பிரமித்து நின்றார்கள்.

'அவகிட்ட ரேப் லா பத்திக் கேக்கணும்' என்றான் அரிஸ். கிட்டா அவள் சீருடையைப் பத்திரமாக ஹாங்கரில் மாட்டிக்கொண்டு வெளியே வந்து, 'குளிக்கிறா' என்றான் சந்தோஷமாக.

'ஏண்டா, நீ உருப்புடுவியாடா? அவளை எங்க படுக்க வெக்கறது?'

'உன் ரூம்லதான் கட்டில் வசதியா இருக்கு. இரு இரு. ஓர் ஆம்லெட் பண்ணிக் கொடுத்துட்டு வரேன்' என்று கிச்சன் பக்கம் போனான். அங்கிருந்து 'எவ்வளவு சார்மிங் பாத்தியா? என்ன ஹெல்த் பாத்தியா? காலைல எழுந்து அஞ்சு மணிக்கு ரன்னிங் பண்ணுவாளாம். என்னையும் கூப்பிட்டிருக்கா.'

இப்போது கஸ்தூரி உள்ளே வந்தபோது மற்ற பெண்களைப் போல இருந்தாள். 'என்னால் உங்களுக்கு ஒரு தொந்தரே கிடையாது' என்று உட்கார்ந்தாள்.

'என்ன பயிற்சி?' என்றான் ஜோமோ.

'காராத்தே ஜுடோ.'

'உத்தமம்!' என்றான் மாமா.

'ஜீப் வரும். உங்களையெல்லாம் பத்தி கிருஷ் நிறையச் சொல்லி யிருக்காரு. உங்களுக்கு எதாவது போலீஸ்ல டிரபிள் இருந்தாச் சொல்லுங்க.'

'நீ... நீங்க என்னிக்கு ஊருக்குப் புறப்படணும்? என் மனைவி வரப்போறா. எடம்போறாது போலருக்கு'

'எல்லாம் போதும், நாங்க பொம்பளைங்க. அட்ஜெஸ்ட் பண் ணிப்போம்.'

'ஜோமோ கல்யாணம் பண்ணிக்கப் போறான் ஒரு மாடலை.'

'மாடல்? எக்ஸ்ப்ளாய்டேஷன்' என்றாள். முழங்கைக்குப் பள பளவென்று தேங்காய் எண்ணெய் தடவிக்கொண்டாள். ஸ்டூலை இழுத்துப் போட்டு அரிஸ்ஸின் முன் உட்கார்ந்து கொண்டு, 'நீங்க தானே மாத்தமாட்டிக்ஸ் ப்ரொபஸர்?' என்றாள்.

'ஆமா. உங்ககிட்ட ஒரு...'

'கேளுங்க.'

'பெங்களூர் போலீஸ்ல உங்க ட்யூட்டி என்ன?'

'ஸீதா ஆக்ட் 1956 தெர்மா உங்களக்கு? அதுங் கீழ் ஸ்பெஷல் அசிஸ்டெண்ட் கமிஷ்னருக்கு சப் ஆர்டினேட் போலீஸ் ஆபீஸரா இருக்கேன்.'

'அதாவது ப்ராஸ்டிட்யூஷனை ஒழிக்கிறதுக்கு?'

'ஆமா, ஸீதா 1956 தெரியுமோ உங்களுக்கு?'

'தெரியும். மே மாதம் 1950-ல் நியூ யார்க்கில் ஒரு கன்வென்ஷன் நடந்தது. ஸப்ரெஷன் ஆஃப் இம்மாரல் ட்ராஃபிக் இன் விமன் அண்ட் கர்ள்ஸ்னுட்டு. இதை ஒழிக்க முடியும்னு நீங்க நிசமாவே நம்பறீங்களா? ப்ராஸ்டிட்யூஷன்கிறது உலகத்திலேயே புராதன மான தொழில். மெட்டலர்ஜிகூட அதுக்கப்புறம்தான் வருது.'

'முடியும் ப்ரொபஸர், முடியும். ஜனங்க அவங்க அவங்க கடமையைச் செய்தாக்க முடியும்.'

'இப்ப என்னைப் போல பாச்சர்லாம் என்ன பண்றது?'

'கல்யாணம் பண்ணிக்கிறது.'

'கல்யாணம் எனக்கு வேண்டாம். டூ எக்ஸ்பென்ஸீவ். காண்ட் ஆஃபோர்ட் இட்!'

'சும்மா இருக்கறது.'

'எப்படியம்மா சாத்திமம்? பயாலஜி இருக்கே?'

'ப்ரொபஸர், உங்களை மாதிரி ஆளுங்களை முதல்ல அரெஸ்ட் பண்ணாத்தான் இந்தத் தேசம் உருப்படும். அப்றம் வந்து உங்களுக்கு பதில் சொல்றேன். எனக்கு நேரமாயிருச்சு. வாங்க கிருஷ்' என்று புறப்பட்டுச் சென்றாள்.

'டேய், என்னடாது அவகிட்டப் போயி?' என்றான் ஜோமோ.

'பாத்துட்டே இரு, பதினஞ்சு நாளைக்குள்ள இவளை மாத்திர் றேனா இல்லையா பாரு.'

ஜோமோ ஆபீஸுக்குக் கிளம்பும்போது லின்னி குறுக்கிட்டாள். 'ஹாய், ஜோமோ! ப்ரொபஸர் அரிஸ் இருக்காரா?'

'வா லின்னி, என்ன, படிச்சியா நான் சொன்ன புஸ்தகம் எல்லாம்?'

'சார், தேரோவோட வால்டன் புரியவே இல்லை. எமிலி டிக்கின்ஸன் போர். எமர்ஸன் கடுப்பு.'

'எல்லாம் புரிய வைக்கிறேன். முதல்ல உன் டெஸ்ட் என்ன ஆச்சு சொல்லு.'

'நீங்க கொடுத்த கேள்வியெல்லாம் வந்துருச்சு அரிஸ்! தொண்ணூறாவது வரும்.'

'உங்கம்மாவுக்குச் சந்தோஷம்தானே? இன்னிக்கு ஜென் புத்திஸம் பத்திக் கொஞ்சம் சொல்றேன். லின்னின்னு ஒரு ஜென் மாஸ்டர் இருந்தானாம்'

ஜோசமோ அலுவலகத்துக்கு வந்ததும் அவனுக்கு இரண்டு முறை போன் வந்திருந்ததாக சரோஜாம்மா சொன்னாள்.

'சரோஜாம்மா, ஒரு பாக்கெட் சாக்லெட் வாங்கிட்டு வந்துருங்க. ஆபீஸ்ல எல்லாருக்கும் கொடுத்துரணும். என்ன?'

'உங்களுக்கு கல்யாணம் ஆகப்போறதா சார்!'

'ஆமாம் சரோஜாம்மா. ஐம் தி ஹாப்பியஸ்ட் மேன்'

'பொண்ணு யாரு சார்?'

'சர்ப்ரைஸ்.'

போனில் பாண்டுரங்கம் என்பவர் அவனைக் கூப்பிட்டார்.

'எந்தப் பாண்டுரங்கம்?'

'பாவி, உங்கப்பாடா!'

'அப்பா, எப்ப வந்தீங்க? நான் எழுதின கடுதாசி வந்து சேர்ந்ததா?'

'அதுக்குள்ள தியாகி சுந்தரமே தந்தி அடிச்சு கடிதமும் போட்டுட்டான். என்ன நீ? அவன் சொல்றதெல்லாம் வாஸ்தவமா?'

'எங்கிருந்து பேசறீங்க?'

'அவன் வீட்டுக்குப் பக்கத்து வீட்டில இருந்துதான் பேசறேன். மோகன், நீ பொண்ணைப் பார்த்துட்டியா?'

'பாத்தாச்சுப்பா.'

'பிடிச்சுப் போச்சா? பொண்ணு உனக்குப் பொருத்தமாத் தோணுதா?'

'எனக்கு ரொம்பப் புடிச்சுப் போயிருச்சுப்பா. வரதட்சிணை எதும் கேக்காதீங்க.'

'அதெல்லாம் இருக்கட்டும். இப்ப சுந்தரம் மேற்கொண்டு ஏற் பாடுகள்லாம் செய்யலாமான்னு கேக்கறான். என்ன சொல்றது?'

'தாராளமா செய்யச் சொல்லுங்கப்பா.'

'தை மாசம் பொறந்ததும் கல்யாணத்தை முடிச்சுரணும்னு அவ சரத்தில் இருக்கான். சரி சொல்லவா? உனக்குப் பொண்ணு சம்மதம்தானே?'

'என்னப்பா, திருப்பித் திருப்பிக் கேட்டுக்கிட்டு? இவளைத்தான் கட்டிப்பேன்னு தீர்மானிச்சாச்சு'

'அப்ப சரின்னு சொல்லிரலாம்?'

'இதில சந்தேகம் எதும் இல்லை! அபியை நீங்க பாத்தீங்கல்ல?'

'பாத்தேன் பாத்தேன். நல்லாத்தான் உபசாரம் பண்ணிச்சு. அதாவது நீ வந்து பொண்ணை நல்லாப் பார்த்துக்கிட்டே, உனக்குப் புடிச்சுப் போயிருச்சு?'

என்ன இது, திருப்பித் திருப்பி இதையே கேட்கிறார்!

'நீங்க அங்கே இருங்கப்பா, லீவு எடுத்துக்கிட்டு அங்க வரேன்.'

'கூடாது. சம்பந்தம் வெச்சுக்கப்போற வீட்டில் காஞ்ச மாடு மாதிரி பாஞ்சா கவுரதைக் குறைச்சல். நான் சுந்தரத்தோட பேசிக்கிட்டு நிச்சயதார்த்தத்துக்கு ஞாயிற்றுக்கிழமை வரேன். அதுக்கு முன் உங்கம்மாவையும் அழைச்சுக்கிட்டு..... ஏண்டா, ஜோலார்ப் பேட்டையில் எத்தனையோ அயனான ஜாதகங்கள்லாம் வருது உனக்கு... ப்ச் ஏதோ கடவுள் விட்ட வழி' என்றார்.

8

குமாரி கஸ்தூரி (பெங்களூர் போலீஸ்) வந்து சேர்ந்த இரண்டு தினங்களிலேயே அசோக் நகர் ஃப்ளாட்டைத் தனதாக்கிக் கொண்டுவிட்டதற்கு சாட்சியாக, கொடியெல்லாம் ப்ரா, கொக்கியெல் லாம் பாவாடைகள் தொங்கியதைச் சொல்லலாம். கிச்சனில் கஸ்தூரிக்கு அரை ஃபுட்பால் சைஸுக்கு பெங்களூர் கத்திரிக்காய். எல்லாவற்றையும்விட அநியாயம், மாமாவின் கட்டிலிலேயேதான் ராத்திரி படுத்துக்கொள்கிறாள். மாமா ஹாலில் கிட்டாவின் குறட்டைக்குப் பக்கத்தில் பவானி ஜமக்காளம் விரித்துப் படுத்துக்கொள்கிறான்.

மாமா இதற்கு ஆட்சேபிக்கவில்லை? இல்லை. இதுதான் கஸ்தூரியின் ஸ்பெஷாலிட்டி. எந்த சிக்கப்பேட்டை விலைமாதையும் பேச்சிலேயே 'சே! என்னடா தொழில் இது' என்று விரக்தி அடையப் பண்ணுகிற வாய் சாமர்த்தியம் உள்ளவள் மாமாவை, மற்றவர்களை, கைக்குள் போட்டுக் கொள்வதில் அவளுக்குச் சிரமமாயிருக்கவில்லை. அவள் பேசுவது புரிந்தால்தானே?

மாமாவுக்கும் கத்திரிக்கோல் கஸ்தூரிக்கும் சமீ பத்தில் நிகழ்ந்த உரையாடலில் ஒரு திவலை:

கஸ்தூரி: மாமா, நான் உங்குள்க்கு வந்ததிலேர்ந்து என்க்கூம் பத்ரம் உங்கள்கூம் பத்ரம்.

மாமா: கஸ்தூரி, நீ பேசறது என்ன பாஷை?

'ஏன்? தமிளுதான்.'

'எங்க கத்துட்டே? ஆப்ரிக்காவிலேயா?'

'இல்லை மாமா. நாங்கள்லாம் பூர்வீக்சம் காஞ்சிபுரம். பெங்களூர் செட்டில் பண்ணிட்டதால தமிளு ஸொல்ப்பா பதலா யிடுத்து. எங்குள்ளல்லாம் பூ...ர்த்தி தமிள்தான் மாத்து!'

'இத பாரு நீ பேசறது தமிழுமில்லை, கன்னடமுமில்லை, சங்கடம்!' என்று ஹஹ்ஹஹ் என்று கண்ணில் நீர் வரச் சிரித்தான் மாமா. கஸ்தூரி கொஞ்சமும் கோபப்படாமல் சிரித்துவிட்டு, 'கை குடு குரு' என்று அவன் கையைக் குலுக்கிவிட்டு ஒரே இழுப்பில், சமீபத்தில் கற்றுக் கொண்ட கராத்தே முறையில் அவரைச் சுழற்றி அடித்தாள். அவன் வட்டமாக கரபூம் என்று நட்ட நடுவில் விழ, 'ஸாரி மாமா, கோப்பா வேண்டாம், அப்யாசம் பண்ணது ஓர்க் ஆவுறதா பாத்தேன். நோவு எடுக்குதா? இந்தா, ஒரு மாத்திரை வாங்கிக்க' என்று மாமாவை எடுத்து முழங்கையில் தடவிக் கொடுத்தது மாமாவுக்குத் திருட்டுத்தனமாகச் சந்தோஷமாக இருந்தாலும் இனிமேல் கஸ்தூரி சொல்வதை புரிகிறவரை கேட்பது என்று வேதனையுடன் தீர்மானித்துவிட்டான்.

இடையே லின்னியின் ட்யூஷன் பாடம் ஒரு மாதிரி சென்று கொண்டிருந்தது. அரிஸ் நாம் முன்பு குறிப்பிட்டதுபோல் கணக்குப் பாடத்தைத் தவிர மற்றதெல்லாம் எடுத்தியம்பிக் கொண்டிருந்தான். அண்மையில் 'பெல்ஸ் தியரம்' என்று பிரபஞ்சத்தின் உண்மையில் இருக்கும் ஸுப்பர் டிட்டர்மினிஸம் பற்றிச் சொல்லிவிட்டு ஜென் கதைகள் சில சொன்னான். லின்னி வாயில் ஈ புகுந்தது தெரியாமல் புல்லாங்குழல் கிருஷ்ணனுக்கு முன் டீன் ஏஜ் கோபிபோல் கேட்டுக்கொண்டிருந்தாள்

'வீட்டுக்குப் போம்மா லின்னி.'

'ப்ரொபஸர்! அப்படியே நில்லுங்க. உங்க ப்ரொஃபைலைப் பார்க்கிறப்போ அப்படியே உங்ககிட்ட ஒரு இன்டலக்சுவல் ஜோதி...'

'லின்னி, ஐம் என் அக்ளி மேன்!'

'நோ யா! யூ ஆர் ப்யூட்டிஃபுல்! ஃபாப்!'

‘கண்ணாடியை எடுத்துட்டா கண்ணு தெரியாது. பல்லெல்லாம் வீக்கு. கணக்கில்லாமே சிகரெட் குடிக்கிறேன்.’

‘இதையெல்லாம் மீறி உங்ககிட்ட ஒரு சார்ம் இருக்கு ப்ராஃப்! அது என் கண்ணுக்குத் தெரியுதே. இப்ப ஜோமோவைக் கொல்லணும்னு நீங்க எனக்கு ஆர்டர் கொடுங்க, கேள்வி கேட்காமே கொலை பண்ணிடுவேன்.’

‘சார்லி மேன்ஸின் ஸிண்ட்ரோம். அதெல்லாம் வேண்டாம். நெருப்புப் பெட்டி கொண்டு வந்தாப் போதும்.’

லின்னி நெருப்புப் பெட்டியைப் பரிவுடன் எடுத்துக் கொடுத்துவிட்டு, ‘சார், இந்த போயம் பாருங்க-

நான் என்னை ஒரு பூவில் மறைத்துக் கொள்கிறேன்
அந்தப் பூவை நீ அணியும்போது
நீ உன்னை அறியாமல் என்னையும் அணிகிறாய்
அது வாடும்போது நீ எனக்காக வருத்தப்படுகிறாய்

எப்படி?’

‘டிலைட்ஃபுல்! எமிலி டிக்கின்ஸன் ஏழாயிரம் கவிதை எழுதி வெச்சிருக்கார். செத்ததுக்கப்புறம் கண்டு பிடிச்சாங்க, ‘உலகத்துக்கு என் கடிதங்கள்’னு.’

லின்னி, போன நூற்றாண்டு கவிதாயினி எமிலி டிக்கின்ஸனுக்காகக் கொஞ்சம் அழ ஆரம்பித்தாள். ஜோமோ இதையெல்லாம் மௌனமாக கவனித்துக்கொண்டிருந்தவன், அவள் போனதும், ‘அரிஸ், இந்தப் பொண்ணை பைத்தியமாக்கி வெச்சிருக்கே’ என்றான்.

‘உனக்குத் தெரியாது. இந்தப் பொண்ணு இன்டலக்சுவலி ரொம்ப ஷார்ப். தேத்தற விதத்திலே தேத்திறலாம். ஸ்டஃப் இருக்கு’ என்றான்.

‘எனக்கென்னவோ இது உன்னைக் காதலிக்கிறதுன்னு தோணுது’ என்றான் கிட்டா.

‘சேச்சே! ஏண்டா காதல் காதல்னு கிடந்து அலையறீங்க?’

லின்னியின் அம்மா வாடகை வாங்க வந்திருந்தாள். ‘என்ன மிஸ்டர் மோகனரங்கம்! கல்யாணம் பண்ணிக்கப்

போறீங்களாமே? நாங்கள்லாம் பொண்ணைப் பார்க்க வேண்டாமா?'

'அம்மா, நான்கூடக் கல்யாணம் பண்ணிக்கப் போறேன். ஆசீர் வாதம் பண்ணுங்க' என்று வணங்கினான் கிட்டா.

'எல்லாரும் கல்யாணம் பண்ணிக்கிட்டு காலி பண்ணிப் போயிரு வீங்களா?'

அரிஸ், 'எனக்குக் கல்யாணம் கிடையாது' என்றான்.

'லின்னிக்குக் கூட இந்த சம்மர் வெக்கேஷன்லே பண்ணிர லாம்னு இருக்கோம். உறவில் ஒரு பையன் இருக்கான். சர்க்குலேடிங் வீடியோ லைப்ரரி வெச்சிருக்கான். நிறைய சொத்து. வைரத்தாலேயே இழைக்கறேங்கறான்.'

'லின்னிக்குக் கல்யாணமா?' என்றான் அரிஸ்.

'ஏங்க? வயசாயிருச்சுங்க. பதினெட்டாவப் போகுது.'

'அது இன்னும் குழந்தைங்க. மேற்கொண்டு படிக்கட்டும். நல்ல புத்திக்கூர்மை இருக்குது. சரியாச் சொல்லித் தராததனாலேதான் இதுவரைக்கும் ஷைன் பண்ண முடியலை.'

'இல்லைங்க, இந்த முறை செய்துர்றதா இருக்கேன்' என்று போனவளின் திசையை பார்த்து, 'கல்யாணம்ங்கறது என்ன ஹோர்கட்டா?' என்றான் அரிஸ்.

'ஜோமோ, உன் கல்யாணம் எப்படா!'

'ஜனவரிக்குள்ளேயே முடிஞ்சுரும்போலத் தெரியுது. நிச்சயதார்த் தத்துக்கு எங்க அப்பா அம்மா வந்திருக்காங்க. அம்மா புடைவை வாங்கிட்டு வந்தாங்க. நான் போகலை. போகக் கூடாதாம்.'

'நீதான் பெண்ணைப் பார்த்துட்டியே?'

'அரிஸ்! இப்பக்கூட எனக்கு நம்பறதுக்குச் சங்கடமா இருக்குது. இது கனவா? இப்படி ஒரு அதிர்ஷ்டம் அடிக்க நான் என்ன புண்ணியம் செஞ்சுட்டேன்?'

'கொஞ்சம் அன்ரியலிஸ்டிக்காத்தான் இருக்குது. திகட்டத் திகட்டச் சந்தோஷம்ங்கிறது ஹ்யூமன் கண்டிஷன்லேயே

கிடையாது. யின்-யாங் சைனிஸ் சிந்தனை ஒண்ணு உண்டு. பத்தாம் நூற்றாண்டு. உலகத்தில உள்ள அத்தனை விஷயங்களையும் எதிர்மறையாப் பார்க்கிறது. பகல்-இரவு அழகு-குரூரம், நல்லது-கெட்டது, சந்தோஷம்-துக்கம்னு, அதோட, எல்லா நல்லதிலயும் கொஞ்சூண்டு கெடுதலும் இருந்தாகணும்கிறது. அதை முன்னாலேயே கண்டுட்டா அப்புறம் ஏமாற்றம் இருக்காது! எனிவே ஆல் த பெஸ்ட்! ஆதிமூலம் பெயிண்டிங்ஸ்ல புதுசா ஒரு எக்ஸிபிஷன் இருக்கு. லின்னியோட போய்ப் பார்க்கணும். வரட்டுமா?'

யின்னுமில்லை யாங்குமில்லை. இது நூற்றுப்பத்து சதவிகிதம் சந்தோஷம் என்றுதான் ஜோமோ எண்ணிக்கொண்டான்.

அபிலாஷா கல்யாணப் பத்திரிகையின் ப்ரூஃபைக் கொண்டு வந்து கொடுக்க ஆபீஸுக்கே வந்திருந்தாள். பச்சையில் ஒரு பளபளப்பான சாரி அணிந்திருந்தாள். அதற்கு ஏற்றாற்போல, கழுத்து, காது, கைப்பை எல்லாம் அதே பச்சை. எந்தப் பச்சை இருந்தால் என்ன, அவள் அணிந்தால் சாக்குப் பை கூடச் சரியாகத்தான் இருக்கும் எனத் தோன்றிற்று. அவளையேதான் பார்க்கத் தோன்றியது. ப்ரூஃப்பை அல்ல.

'சரியாப் பார்த்துக்குங்க, பேரு ஸ்பெல்லிங்கில் ஏதாவது பிழை வந்துரப் போவுது.'

பார்த்தேன். திருவளர்செல்வன் மோகனரங்கத்துக்குத் திருநிறைச் செல்வி அபிராமியை...

'உம் பேரு அபிராமியா?'

'இல்லை, அபிலாஷா?'

'பின்ன அபிராமின்னு போட்டிருக்கே? அச்சுப் பிழையா?'

'இல்லே, அவ பேரு.'

'எவ பேரு?' என்றான் சற்றே இரட்டையான யோடல் குரலில்.

'அக்கா.'

'வெயிட் எ மினிட், வெயிட் எ மினிட்! உங்களுக்கு அக்கா இருக்காங்களா என்ன?'

அபிலாஷா சிரித்து, 'தெரியாத மாதிரி கேக்கறீங்க! கேலியா? நீங்க கல்யாணம் பண்ணிக்கப்போறது எங்க அக்கா அபிராமியை. நான் அபிலாஷா.'

'அப்படின்னா, அப்படின்னா. அபின்னு உங்கப்பா கூப்பிட்டது?'

'எங்கக்கா அபிராமிய.'

'உங்க செல்லப் பேரு?'

'அபிக்குட்டி.'

'ஆ!' என்றான். வாய் சற்று நேரம் திறந்தபடியே இருந்தது.

'என்னங்க விளையாட்டு இதெல்லாம்? எங்க அக்காவைப் பாத் தீங்க. டீயெல்லாம் சாப்பிட்டீங்க. அன்னிக்கு அவளைச் சந்திக் கிறதுக்குன்னே மறுபடி வந்தீங்க. எல்லாம் அபி சொன்னாளே? விளையாடறீங்கதானே அ ஆங்! ஸுட்டு தைக்கக் கொடுத்திட் டீங்களா? ஸுட்டும் மோதிரமும் எங்க செலவு! அப்பா கண்டிஷனா உங்கப்பாகிட்ட சொல்லியாச்சு, வரட்டுமா?'

ரெட்டை நாடி! ரெட்டை நாடி! வேலைக்கார பெண் என்று நினைத்துக் கொண்டது... ஐயோ! அந்தப் பெண்ணா? அக்காவா? ஆண்டவா! ஜோமோ கல்யாணத்தேதியைப் பார்த்தான். சரியாகப் பத்து நாட்கள் இருந்தன.

9

ஜோமோ அன்று அலுவலகத்திலிருந்து வீட்டுக்குத் திரும்பும்போது சென்னையின் அதே சப்தங்கள் நாராசமாக இருந்தன. வழியெல்லாம் தனக்குள்ளே பேசிக் கொண்டிருந்தான். அபிராமி, அபிலாஷான்னு பேர் வைக்கிறது என்ன நியாயம்? பளிச்சுன்னு இந்தப் பொண்ணுக்குத்தாம்பா பார்க்கறம்னு சொல்லிப் போட வேண்டாமோ? தங்கையைக் காட்டி அக்காவைக் கூட்டிவிடறது என்ன நியாயம்?'

யோசித்துப் பார்த்ததில் எந்தச் சந்தர்ப்பத்திலும் அபிலாஷா தனக்குக் கல்யாணம் என்று சொன்ன தாக ஞாபகம் வரவில்லை. பொதுவாகக் கல்யாணம் என்றுதான் பேசினார்கள். தியாகி காது வேறு சரியில்லாததால்... அய்யோ, இப்போது என்ன செய்வேன்?

'என்ன செய்றது, பேசாம அந்தப் பெண்ணைக் கல்யாணம் பண்ணிக்க' என்றான் அரிஸ்.

மாமா பலமாகச் சிரித்து முடித்துவிட்டு, 'கவலைப் படாதே ஜோமோ, கஸ்தூரிகிட்ட ஒரு வார்த்தை சொல்லி மிரட்டச் சொல்லட்டுமா?'

'அதெல்லாம் வேண்டாண்டா. அவங்க பேர்ல தப் பில்லை. நான் புரிஞ்சுட்ட விதம்தான் தப்பு.'

‘அப்ப குண்டுப் பெண்ணையே கல்யாணம் பண்ணிக்க, தலை காணி மிச்சம்.’

‘இல்லடா, ஒரு கட்டுக் கட்டினா மூச்சுத் திணறுதடா அரிஸ், ஏதாவது வழி சொல்லுடா.’

‘கிளாஸிக் மிஸ்-அண்டர்ஸ்டாண்டிங். அபிலாஷா கிட்டேயே, நேரப்போயி, ‘இத பாரும்மா, இந்த மாதிரி ஒரு தப்பர்த்தம் ஏற்பட்டுப் போச்சு, நான் காதலிச்சது உன்னைத்தான்’னு... ஏண்டா எப்படிடா இது? அக்காவைப் பாக்கவே இல்லையா நீ?’

‘பாத்தண்டா... வேலைக்காரின்னு நினைச்சுக்கிட்டேன்.’

‘இதுக்குத்தான், என்னைப் பாரு, இந்த மாதிரி காதல் பிஸினஸ் எல்லாம் செஞ்சு மாட்டிக்கிறதில்லை. போய்ப் பாரு. அந்தப் பொண்ணுகிட்ட இனிமேயாவது மழுப்பாம நேர விஷயத்தைப் போட்டு உடைச்சுர்றது பெட்டர். இல்லைன்னா, பெரியவர் கிட்டே வேணா ட்ரை பண்ணிப்பாரு.’

‘இல்லடா, காது மந்தம் அவருக்கு. வீடு காத்தோட்டமா இருக் குன்னா வெள்ளிக்கிழமைங்கிறார். நான் அபிலாஷா கிட்டயே சொல்லிப் பார்க்கிறேன்’

ட்ராஃபிக் வரிக்குதிரைப் பட்டையில் பச்சைக்காகக் காத் திருந்தபோது, எதிர்சாரியில் அபிலாஷாவைப் பார்த்து, ஃபியட்டும் அம்பாஸடரும் ஸ்கூட்டரும் திட்ட, அவளை நோக்கி ஓடினான்.

‘என்ன மாப்பிள்ளை, இத்தனை அவசரம்? நான் அய்யர்ஸ் போய்ட்டிருக்கேன், சாயங்காலம் சந்திக்கலாமே?’

‘விஷயம் ரொம்ப அவசரம்ங்க. நான் உங்க அக்காவை நீங்கன்னு நினைச்சுக்கிட்டு சம்மதம் கொடுத்துட்டேன்...’

‘ஏங்க, உங்களுக்குக் காதல் வசனம் பேசறதுக்கு மௌபரிஸ் ரோடுதான் கிடைச்சுதா? வாங்க, டிரைவ் இன் போயிடலாம்’ என்றாள் அபிலாஷா.

காபி ஆறிப்போகும்வரை, வெயிட்டர் பில் கொண்டுவந்து திணிக்கும் வரை, ஜோமோ சொன்னதைக் குறுக்கே பேசாமல் கேட்டுக்கொண்டுதான் இருந்தாள். ‘நான் முழுக்க முழுக்க உங்களைத்தான், நீங்கதான்னு நம்பிக்கிட்டுத்தாங்க சம்மதம் கொடுத்தேன்.’

'இப்ப என்ன செய்றது' என்றாள் கலவரத்துடன்.

'நீங்கதான் ஒரு வழி சொல்லணும்.'

'என்னைக் காதலிக்கிறீங்கன்னு ஒரு வார்த்தை சொல்லக் கூடாதா?'

'புரிஞ்சுப்பீங்கன்னு நினைச்சேங்க. எனக்குக் காதல்லாம் முன்ன பின்ன பழக்கமில்லேங்க.'

'நாசமாப்போச்சு, ஏங்க, உங்க மனசுக்குள்ள என்னை வெச்சுக் கிட்டிருக்கீங்கன்னு வெளிய சொன்னாத்தானே தெரியும்! வீட்டுக்கு வந்தீங்க; எங்கக்காவைப் பாத்தீங்க; சம்மதம் தெரிவிச்சீங்கன்னு இன்னித் தேதிவரைக்கும் நெனைச்சுக்கிட்டு இருக்கோம். பத்திரிகை ப்ரூஃப் கொண்டாந்தபோதுகூட இதைப் பத்தி ஒண்ணும் சொல்லலியே?'

'சொல்ல வரதுக்குள்ளே நீங்க கிளம்பிப் போயிட்டீங்க.'

'இப்ப என்ன சொல்றீங்க? நீங்க அக்காவைப் பாக்கவே இல்லைன்னு சாதிக்கிறீங்களா? நாங்க அன்னிக்குத் திரும்பி வர்றப்பகூட ரெண்டுபேரும் சல்லாபமா இருந்தீங்க?'

'அது வந்துங்க... உங்கக்காவை அக்கா இல்லைன்னு நினைச்சுக் கிட்டேன்.'

'அக்கா இல்லாமப் பின்ன யாராம்?'

'கோவிச்சுக்காதீங்க. உங்க வீட்டு வேலைக்காரின்னு நினைச்சுட்டேன்.'

'இன்ஸல்ட்டிங்! அபிராமி அக்காவுக்கு என்ன குறை? அப்பா காதில் இது கேட்டுதோ...'

'நீங்களே சொல்லுங்க. உங்ககூட அவுங்களைக் கம்ப்பேர் பண்ண முடியுமா? ரெண்டு, பேத்துக்கும் முக ஜாடையில, தோற்றத்தில எதிலயும் ஒற்றுமையே இல்லையே?'

'அபிராமி, மூத்த சம்சாரத்தோட பொண்ணு. எங்கம்மா மங்களூர்.'

'இதைத் தெளிவா ஒரு வார்த்தை எங்கிட்ட சொல்லிப் போட்டிருக்கலாம் இல்லை?'

'அப்பா சொல்லலீங்களா? அப்பா சொல்லியிருப்பார்னுதான் நினைச்சுக்கிட்டிருந்தேன்.'

'அவரு என்னைக் கேட்டாரு. 'அபியை உனக்குப் பிடிச்சு ருக்கா?'ன்னு. ரெண்டு பேத்தையும் அபின்னுதான் கூப்பிட றாருன்னு எனக்கு எப்படித் தெரியும்?'

'இல்லை, அவளை அபி, என்னை அபிக்குட்டி.'

'வெளியாளுங்களுக்குக் குழப்பமா இருக்குமா, இல்லையா, நீங்களே சொல்லுங்க.'

அபிலாஷா தயங்க, ஜோமோ தைரியம் பெற்று, 'எப்படியாவது, இந்தக் கல்யாணம் ஏற்பாடுகளைக் கேன்சல் பண்ண வச்சுட் டீங்கன்னா உங்களுக்கு ரொம்பப் புண்ணியம் உண்டுங்க.'

'பாருங்க, வாக்குக் கொடுத்தாச்சு, நிச்சயதார்த்தம் பண்ணியாச்சு, பத்திரிகை அடிச்சாச்சு, கல்யாண மண்டபம் ஏற்பாடு பண்ணி யாச்சு, புடைவை எடுத்தாச்சு, இத்தனை லேட்டா கேன்சல் பண்ற தெல்லாம் நடக்காத காரியம்.'

'அதுக்கான செலவையெல்லாம் நான் ஏத்துக்கறேங்க!'

'செலவு முக்கியமில்லை மிஸ்டர் மோகனரங்கம். எங்க மனசை எத்தனை புண்படுத்தறீங்க? அபியால இந்த அதிர்ச்சியைத் தாங் கிக்கவே முடியாது. அவ ஹார்ட் வீக்! சின்ன வயசில ஆபரேஷன் பண்ணது. இந்தச் செய்தியைக் கேட்டா ரெண்டு பேரும் செத்துப் போயிருவாங்க. அபி, எங்க அப்பா! அவருக்கு மானம் ரொம்பப் பெரிசு. சபையில நிச்சயதார்த்தம் ஒண்ணு பண்ணி அதைக் கேன்சல் செஞ்சாக்கா ஊர் என்ன சொல்லும்?'

'அய்யோ, என்கிட்ட கொஞ்சம் கருணை காட்டுங்க. நான் உங்களைக் காதலிச்ச மரியாதைக்காக, நான் உங்களை அடைய விரும்பினது அதிக ஆசையா இருக்கலாம், நான் உங்களைக் கேக்கலை, அதுக்கு அருகதை இல்லை, இந்தச் சிக்கல்லருந்து எப்படியாவது என்னை விடுவிச்சிருங்க.'

'எங்கக்காவுக்கு என்னங்க குறை?'

'சேச்சே, யார் சொன்னாங்க? உங்கக்காவுக்கு ஏற்பட்ட மாப்பிள்ளை இல்லாமயா போயிருவான்?'

'பின்ன எதுக்காகக் கல்யாணம் பண்ணிக்க மாட்டேங்கறீங்க?'

ஜோமோ இப்போது கண்ணீர் சிந்த ஆரம்பித்து விட்டான். டிரைவ்-இன்னாக இல்லாமல் இருந்திருந்தால் மண்டி போட்டு அவள் காலைப் பிடித்துக்கொண்டிருப்பான். 'வேண்டாங்க, எனக்கு இஷ்டமில்லைங்க. என்னைத் தகாத வார்த்தையெல்லாம் பேச வைக்காதீங்க.'

'அழாதீங்க. இப்ப நாங்கதான் அழணும். அழாதீங்க. எல்லாரும் பாக்கறாங்க.'

ஜோமோவின் மூக்கு நுனி சிவந்திருந்தது.

அபிலாஷா, 'ரொம்ப ஸ்வீட் நீங்க! ஆனா, மனசில உள்ள எண்ணங்களை அப்பப்ப சொல்லிர்றது பெட்டர். என்னைக் காதலிக்கிறதா எத்தனையோ பேர் எங்கிட்ட வராங்க. ஆனா யாருக்கும் இந்த மாதிரி பயங்கர ஸ்டார்டிங் டிரபிள் இருந்ததில்லை. நீங்கள்லாம் மௌனி கதையில இருக்க வேண்டியவங்க... ம்? எனக்கென்னவோ இந்தச் சிக்கலுக்கு ஒரே ஒரு வழிதான் தென்படுது.'

'என்னங்க, சொல்லுங்க?'

'எங்கக்காவைக் கல்யாணம் பண்ணிக்கிறது.'

'அது இல்லாம வேற ஏதும் இல்லீங்களா?'

'கல்யாணத் தேதிக்குள்ள வேற யாராவது எங்கக்காவைக் கல்யாணம் பண்ணிக்க முன்வந்தால்தான் உண்டு... சான்ஸே இல்லை. நாங்களும் நாலஞ்சு வருஷமாப் பாத்துக்கிட்டிருக்கோம். வந்து பாத்துட்டு டிபன் சாப்ட்டுட்டு சொல்லிக்காமப் போயிடுவாங்க. நீங்க ஒருத்தர்தான்... நீங்கதான்... என்னைன்னு நினைச்சுக்கிடீங்களே... எதுக்கும் நீங்களும் பாருங்க. உங்க நண்பருங்க அண்டை அசல்ல யாராவது இன்ட்ரஸ்ட்டான்னு பாருங்க. அப்படி ஏதாவது வரன் வந்தா எங்கப்பாவையும் எங்கக்காவையும் சமாளிக்கிறேன்.'

'எப்படி?'

'எப்படி? உங்களுக்குக் காக்கா வலிப்பு, அது இதுன்னு புளுகணும். வேற எப்படி?'

'தாங்க்ஸ்ங்க.'

'எதுக்கு தாங்க்ஸ்? யாராவது அப்படி அகப்பட்டாத்தான் சரி. இல்லை, நீங்க கல்யாணம் பண்ணிக்கிட்டே ஆகணும். ஆமாம், சொல்லிட்டேன். எங்கப்பா ரொம்ப பிடிவாதக்காரரு, கோபக் காரரு. கோர்ட்டில கேஸ் போட்டுடுவாரு.'

'போடட்டும், பார்க்கலாம். சுப்ரீம் கோர்ட்வரை இதைப் பார்த்துடலாம்' என்றான் மாமா.

'ஆமடா, நீ சொல்வே. இவன்தான் சிங்கியடிக்கணும். நீ கவலைப்படாத ஜோமோ, நான் கஸ்தூரிகிட்ட சொல்லி...'

'டேய், கஸ்தூரி வேண்டாண்டா. அவளுக்கு கேஸைப் புரிய வைக்கறதுக்குள்ள முகூர்த்தம் வந்துரும்.'

அரிஸ் நெற்றிப் புருவத்தின் இடையில் இரண்டு விரல்களால் பிசைந்துகொண்டு, 'லெட் மீ திங்க், லெட் மீ திங்க். இதுக்கு ஏதாவது வழி இருந்துதான் ஆகணும்.'

கஸ்தூரி, 'ஏனு குரு, என்ன சமாசாரம்?' என்று மணிக்கட்டை ஸ்குரூ டிரைவர்மாதிரி பண்ணிக்கொண்டே வந்தாள்.

'இல்லை கஸ்தூரி! இவன் என்ன பண்ணான்... ஒரு பொண்ணைப் பார்த்தான். கல்யாணம் பண்ணிக்கச் சம்மதம் கொடுத்தான். அவங்க அந்தப் பொண்ணோட அக்காவைப் பத்தி பேச றாங்கன்னு நினைச்சுக்கிட்டு...'

கஸ்தூரி விவரம் முழுவதும் கேட்டதும், 'சொன்ன வாக்குப்படி கல்யாணம் பண்ணிக்கிடறதுதான் நல்லது. இல்லைன்னா ஃபோர் டொண்ட்டியில யேழு வருஷம் ஜெயில் போக வேண்டி வரும்' என்றாள்.

அரிஸ், 'அட! ஐடியா! ஜோமோ, இந்து பேப்பர் கொண்டா' என்றான்.

10

அரிஸ் இந்து பேப்பரை எட்டாக மடித்துக் காட்டினான். விளம்பரத்தில், பாபு என்கிற இளைஞனைக் காணவில்லை என்றும் கோதுமை நிறம் என்றும் கொக்கோ கலர் சட்டை என்றும் இருபத்தி ஐந்து வயசென்றும், கண்டுபிடிப்பவர்கள் 'ஸூட்டபிளி ரிவார்டட்' என்றும், 'அன்புள்ள பாபு! எல்லாம் மறந்துவிட்டோம். உடனே வா. தாத்தா கவலைக்கிடம்.'

'என்னடாது?'

'இது மாதிரி நீயும் காணாமப் போயிடு ஜோமோ. சந்தடி எல்லாம் ஒடுங்கின பிற்பாடு தலையை வெளிய நீட்டு.'

ஜோமோ, 'காணாமப் போறது எப்படி?' என்றான்.

மாமா, 'கக்கூஸ் பக்கம் கண்டா முண்டா ஷெட் இருக்கு பாரு, கொஞ்ச நாளைக்கு அதுங்கிட்ட உக் காண்டிரு. வேளா வேளைக்குச் சாதம் போடறோம். யாராவது வந்தா கேரம் போர்டுக்குப் பின்னால ஒளிஞ்சுண்டுடு.'

ஜோமோ தீர்மானமில்லாமல் கிட்டாவைப் பார்த்தான்.

'அதெல்லாம் செய்யாத ஜோமோ. இந்தப் பசங்க போகாத ஊருக்கு வழி சொல்றாங்க. அதுமட்டும்

இல்லாம கஸ்தூரி அந்தப் பக்கம் துணி உணத்தறதுக்கு அடிக்கடி வருவா!'

அரிஸ் பேப்பரில் கவனமாக இருந்தவன் 'இன்னொரு ஐடியா. இதைப் பாரு' என்றான்.

அரிஸ் மேட்ரிமோனியல் விளம்பரத்தின் உதவியுடன், 'Affluent bank manager 170 cms 29 just arrived from Gulf wants offers from healthy un-employed brides about 160 cms Reply 6627... care of...' என்றான். 'முதல்ல இந்த பார்ட்டியைப் போய்ப் பாரு. அந்தப் பொண்ணு ஹெல்த்தியா?'

'ஆமா, கொஞ்சம் நிறையவே ஹெல்த்தி.'

'அன்-எம்ப்ளாய்டுதானே?'

'ஆமாம்.'

'உனக்கு மாப்பிள்ளை கிடைச்சாச்சு! உடனே விலாசம் விசாரிச்சு போய்ப் பாத்துரு. அதுக்கப்புறம் ரொம்ப டிமாண்டாயிடும்.'

'பாக்ஸ் நம்பர்னா போட்டிருக்கு?'

'எனக்கு அதே ஆபீஸ்ல தெரிஞ்சவன் இருக்கான். நான் விலாசம் விசாரிச்சிட்டு வரேன்.'

ஜோமோ, 'கிட்டா, எனக்கு இது என்னவோ கொஞ்சம் உசந்த ஐடியாவாப் படறது. என்ன சொல்றே?'

'பாருப்பா, எனக்கு எதும் நம்பிக்கையாத் தெரியலை.'

'நம்பிக்கையாத் தெரியலையா? வேற எதாவது ஐடியா சொல்லேன். பாவம், ஜுரம் வந்த கன்னுக்குட்டி மாதிரி நடுங்கிட்டு இருக்கான். இவனைக் கல்யாணத்தில் இருந்து காப்பாத்தறது நம்ம பொறுப்பா, இல்லையா?' என்றான் அரிஸ் கோபத்துடன். 'நீ வா ராஜா, நான் சமாளிக்கிறேன். இதை எங்கிட்ட விடு.'

'தாங்க்ஸ் அரிஸ்.'

'என்ன சமாசாரம்?' என்றாள் கஸ்தூரி, கராத்தே உடையைக் கொசுவிக்கொண்டு உள்ளே வந்தவள்.

'கிட்டா, சொல்லிப் புரிய வைடா, நேரமில்லை.'

ஆபீஸிலிருந்து அரிஸ்ஸுக்குப் போன் பண்ணியதில் அவன் அந்த நாளிதழில் அவனுக்குத் தெரிந்த ரங்கராஜன் என்பவரைப் பார்த்து, குழையடித்து விலாசம் வாங்கிவைத்திருந்தான். 'சாதா ரணமாச் சொல்லவே மாட்டாங்க. எனக்குன்னு போனாப் போறதுன்னு. 'ஒரு உயிரைக் காப்பாத்தறதுக்கு வேணும்டா'ன் னேன், சொல்லியிருக்கான். ரொம்ப கான்ஃபிடன்ஷியல்' என்று சாலிகிராமத்தில் ஒரு விலாசம் எழுதிக்கொள்ளச் சொல்லி அதைத் திருப்பிப் படித்துக் காட்டச் சொன்னான்.

ஜோமோ அரைநாள் லீவு எடுத்துக்கொண்டு கோடம்பாக்கம் மேம்பாலத்தைத் தாண்டி ஸ்டூடியோக்களை எல்லாம் கடந்து ஆட்டோ ரிக்ஷாவில் தடுக்கித் தடுக்கி சாலிகிராமம் என்கிற பிரதேசத்துக்கு வந்தபோது மணி மூன்றாகி விட்டது.

புதுசாக முளைத்துக்கொண்டிருக்கிற காலனி போலும். அங்கங்கே சினிமா சம்பந்தப்பட்டவர்கள் வீடுகள் அதிகமாக இருந்தன. நாய் ஜாக்கிரதை போர்டுகள், ஆடிட்டர்கள், அம்பா ஸடர் கார்கள், காலி மனைகள் என்று கொஞ்சம் கொஞ்சம் விரிச்சோ என்றுதான் இருந்தது. மகாத்மா காந்தி தெரு என்பது மகாத்மா காந்தியின் மேலாடை சைஸ்கூட இல்லை. எட்டாம் நம்பர் வீட்டின் மணிப் பொத்தானை அழுத்தியதில் உள்ளே மணி அடித்தது. வெளியே கொஞ்சம் ஷாக் அடித்தது. விரலைத் தேய்த்துக்கொண்டே பின்குறிப்பாக, 'சார்!'

கதவு அரை அங்குலம் திறந்து இடைவெளி வழியாக 'யாரு?' என்றது.

'நீங்கதானே பேப்பர்ல விளம்பரம் கொடுத்தீங்க?'

இப்போது கதவு முழுவதும் திறந்து ஒரு கட்டை குட்டையான ஆசாமியைக் காட்டியது. அவனைப் பார்த்ததில் இவனிடம் ஏதோ தப்பு இருக்கிறது என்று தோன்றியது. என்ன தப்பு என்று திட்டவட்டமாகக் கிடைக்கவில்லை. மூக்கு பீரங்கிக்குழாய் மாதிரி உடனே புலப்பட்டது. அந்த மூக்கு வழியாகவே, 'அட்ரஸ் யாரு கொடுத்தாங்க?' என்று அதட்டினான்.

'மன்னிச்சுக்குங்க, உங்களுக்கு பாக்ஸ் நம்பருக்கு கடிதம் எழுத றதுக்குள்ள வேற ஆஃபர் வந்துருமோங்கற கவலையினாலதான் கொஞ்சம் பத்திரிகை ஆபீஸ்ல தெரிஞ்சவங்க மூலமா...'

'இதப் பார்றா! முத்து! இந்தக் காலத்தில் யாரையும் நம்ப முடியலை' என்றது பின்பக்கத்துக் குரல். பின்னால் இருந்தவன் சட்டையில்லாமல் மார்பைத் தேய்த்துக்கொண்டே லுங்கி கட்டிக் கொண்டு சிகரெட் வாயில் தொங்க தினத்தந்தி வைத்திருந்தான். இரண்டு பேரையும் பார்த்தால் கல்யாணக் களை இல்லை.

'என்ன ஆஃபர்?' என்றான்.

'எங்க பொண்ணு நீங்க விளம்பரத்திலே கொடுத்திருந்த ஸ்பெஸிஃபிகேஷனுக்குச் சரியாவே இருப்பாங்க.'

'ஆஃபர் என்ன சொல்லு?'

'வரதட்சணைங்களா?'

'அப்படித்தான் வெச்சுக்கயேன்.' இரண்டு பேரும் ஒருவரை ஒருவர் அடிக்கடி பார்த்துக்கொண்டது ஜோமோவுக்குச் சங்கடமாக இருந்தது. 'அது வந்துங்க... விளம்பரத்துல அந்த மாதிரி இல்லைங்களே.'

'விளம்பரத்துல அதையெல்லாம் போடுவாங்களா?' என்று சிரித்தான். 'இதப் பாரு, மாப்பிள்ளை கல்ஃப்ல இருந்து வந்தாச்சு. ராத்திரி வேணும்னா பார்க்கலாம். சட்டுபுட்டுன்னு பொண்ணு எவ்ள உயரம், என்ன வெய்ட்டுங்கறதைச் சொல்லிரு.'

'உயரம் வந்துங்க அஞ்சு மூணு, அஞ்சு நாலு இருக்குங்க. வெய்ட் நூத்தி அறுபத்தி அஞ்சுவரைகூடச் சொல்லலாம்.'

அவர்கள் மறுபடி பார்த்துக்கொண்டு 'என்னப்பா. மாப்பிள்ளைக்கு நூத்தி அறுபத்தி அஞ்சு மன்ஸூரா' என்றான்.

'ராத்திரி வந்தப்புறம்தானே தெரியும். இதப் பாருங்க, நீங்க ஒண்ணு பண்ணுங்க. ராத்திரி எட்டு எட்டரை மணிக்கு இந்த இடத்துக்கு வாங்க. இந்த அட்ரஸை யார்கிட்டயும் சொல்ல வேண்டாம். சனம் பிச்சிப் புடுங்கிரும். என்ன பண்றீங்க, கமுக்கமா நீங்க மட்டும் வந்துருங்க. பொண்ணைக் கூட்டிவர முடிஞ்சா சரி. இல்லை பரிசமா ஏதாவது கொண்டாந்தா மன்ஸூர், தெரியுதா? முத முத நீங்கதான் வந்து பாக்கறீங்க! அதனால் உங்களுக்கு முதல் ஆஃபர். சரியாத் தெரியறவரைக்கும் வேற பார்ட்டியோட பேச்சு வார்த்தை கிடையாது' என்று சொன்ன போது கதவு மறுபடி தட்டப்பட்டது.

பீரங்கி மூக்கன் வழக்கம் போல ஒருக்களித்துத் திறந்து, 'யாரு,' என்றதும் சற்றே பரபரப்படைந்து திரும்ப ஜோமோவிடம் வந்து, 'அய்யோ கொஞ்சம் அவசரம். தொப்பிங்க வந்திருக்காங்க. உங்களுக்கு ஏர்போர்ட்டு தெரியுமில்லே?'

ஜோமோ அதிகம் புரியாமல் 'தெரியும்' என்றான்.

அவன் அவசரமாக அலமாரிக்குப்போய் ஒரு காகிதத்தை ஒரு புத்தகத்தின் இடையிலிருந்து எடுத்துக் கொடுத்து, 'நீங்க விலாசம் சொல்லுங்க' என்றான்.

ஜோமோ அசோக் நகர் விலாசத்தைச் சொன்னான்.

'ஏர்போர்ட்டுக்குப் போய் வந்துருங்க. அப்புறம் சந்திக்கலாம். தொப்பிக்காரன் வந்துட்டான். சமாளிச்சுரலாம். நீங்க என்ன பண்றீங்க, பின்பக்கம் அடுத்த சந்துல போயிருங்க. நாங்க வந்து பாக்கறம்.' அடுத்து ஜோமோவைத் தள்ளாக்குறையாக வேறு ஒரு கதவு வழியாகத் திணித்து, 'கமிங், கமிங்' என்று சொல்லிக் கொண்டே தட்டிக் கதவைத் திறக்கச் சென்றான்.

ஜோமோ வியப்புடன் வெளியே நின்றான். வேலி அமைக்காத வீட்டின் பின்பக்கத்தில் இருந்தான். தூரத்தில் பஸ் ஸ்டாண்டு தெரிந்தது. திரும்பி வீட்டு வாசலைப் பார்த்ததில் நீல நிறத்தில் கார் ஒன்று நின்றுகொண்டிருந்தது.

'கதவைத் திறய்யா, எத்தனை நாழி தட்டறது?' என்று அதட்டல் குரல் கேட்க, 'யாருங்க, என்ன வேணும் உங்களுக்கு?'

ஜோமோவுக்கு எந்த ஃப்ளைட்டில் மாப்பிள்ளை வருகிறார், என்றைக்கு என்றெல்லாம் விசாரிக்கவேண்டும் போலிருந்தது. முன் பக்கமாகச் சென்றபோது அவர்கள் இருவரும் அவசரமாக காரில் ஏறிக்கொள்வதைப் பார்த்தான். கார் புறப்பட்டுச் செல் வதையும் பார்த்தான்.

ஜோமோ தன் கையில் இருந்த சீட்டைப் பார்த்தான். அச்சடித்த காகிதத்தின் பின்பக்கத்தில் 'ஃப்ளைட் 540' என்று எழுதியிருந்தது.

அந்தக் காகிதத்தால் ஜோமோவுக்குப் பலவிதமான துன்பங்கள் நிகழப்போகின்றன என்பது அப்போது ஜோமோவுக்குத் தெரிந் திருக்கவில்லை.

11

சாலிகிராமம் போய் வந்த கதையை விவரமாகச் சொன்னபோது, 'உன்னைப் போல ஒரு முட்டாள் இருப்பானோ?' என்று அரிஸ் சந்தேகம் கேட்டதற்கு ஜோமோவால் சரியாகப் பதில் சொல்ல முடிய வில்லை. 'ஏன்? எதுக்குக் கேக்கறே?'

'மாப்பிள்ளை யாரு, என்ன வேலை, எங்க இருக் கான். எப்படி இருப்பான், இந்த விவரங்கள் எல்லாம் கேட்டுக்காம ஒரு கிழிசல் காகிதத்தைக் கொண்டு வந்திருக்கியே?'

'அட்ரஸ் கொடுத்துட்டு வந்திருக்கேனே? அவங் களா காண்டாக்ட் பண்ணமாட்டாங்களா?'

'மாட்டாங்க.' அரிஸ் அந்தக் காகிதத்தை உன்னிப் பாகப் பார்த்தான்.

'ஃப்ளைட் 540-ன்னு போட்டிருக்கு. அதில போய்ப் பார்த்தாத் தெரியாது?'

'ஏர் பஸ்ஸில இருநூத்தம்பது பேர் இறங்குவாங்க. அவங்கள்ளே மாப்பிள்ளைங்கறவரை ட்ரேஸ் பண்ணப் போறியா? நாசமாப் போச்சு. வெயிட் எ மினிட். இது வெறும் காயிதம் இல்லை. ஏர்போர்ட் கேர்டேக்கரோட ரசீது. இதை உங்கிட்ட கொடுத் துட்டு அவன் என்ன சொன்னான்?'

'ஏர்போர்ட்டுக்குப் போயி மாப்பிள்ளையைக் கூட்டிட்டு வந்துருன்னான்.'

'ஒரு வேளை மாப்பிள்ளை, கேர்டேக்கருக்குச் சொந்தமோ, தெரிஞ்சவனோ என்னவோ, எதுக்கும் இதைக் கொண்டு போயி அந்த ஆபீஸ்லே காட்டு. அவன் என்ன சொல்றான்னு பார்க்கலாம்'

'அது கூடச் சரிதான். வாம்மா லின்னி, பாடம் எல்லாம எப்படி?'

லின்னி உள்ளே சப்தம் போடாமல் வந்திருந்து, சென்ற சம்பாஷணைகளின் கடைசி இருபது சதம் காத்திருந்தாள். 'நான் அரிஸ் கூடப் பேசணும்.'

'சொல்லு, லின்னி'

'தனியா' என்று ஜோமோவைப் பார்த்தாள்.

'இவன் இருந்தாலும் ஒண்ணுதான், இல்லாட்டாலும் ஒண்ணு தான். சொல்லு.'

'அம்மா எனக்கு சம்மர் வெக்கேஷன்ல கல்யாண ஏற்பாடு பண்றா.'

'குட்! பண்ணிக்க.'

'ஐயம் டூ யங், அரிஸ்.'

'ஸோ வாட்?'

லின்னி அவனை ஆச்சரியத்துடன் பார்த்தாள்.

'பெண்களுக்கு முழுச் சுதந்தரம் வர்றவரைக்கும் கல்யாணங் கிறதுதான் அவங்களோட வாழ்க்கையில் ஒரே குறிக்கோளா இருக்கிறவரைக்கும், பதினெட்டில் ஆனா என்ன, இருவத்தி எட்டில் ஆனா என்ன? கடைசியில பிரசவ ஆஸ்பத்திரிக்குப் போகவேண்டிய கேஸ்தானே?'

லின்னி, அரிஸ்ஸை முறைத்துப் பார்த்தாள். 'அரிஸ், என்னோட உள்ளத்தில் இருக்கிறதை எப்படிச் சொல்வேன்?'

'சொல்லாதே. கல்யாணம் பண்ணிக்கிட்டு, கணவன் கிட்ட சொல்லு. பையன் யாரு?'

'உறவுதான். மவுண்ட் ரோடில வீடியோ கேம் பார்லர் நடத்தறான். வீடியோ கிளப்.'

'குட். அவங்கிட்ட ப்ளூ ஃபிலிம்ஸ் இருக்கான்னு விசாரி.'

'நிச்சயதார்த்தம் அடுத்த வாரம் நடத்தப் போறாங்க.'

'வெரிகுட்.'

'ப்ரொபஸர், நான் இப்ப என்ன பண்றது?'

'ஒண்ணும் பண்ண வேண்டாம். கல்யாணத்துக்குன்னு ஏற்பட்டவ நீ.'

'நான் சொல்றது ஏன் உங்களுக்குப் புரியவே இல்லை?'

'நல்லாப் புரியுது, லின்னி. யூ ஆர் இன் எ காட்ச் ட்வென்ட்டி டூ சிச்சுவேஷன். இதிலிருந்து நீ தப்பிக்கவே முடியாது. உன்னால் தனியா வாழ முடியுமா என்ன?'

'நான் வந்து வேற யாரையாவது கல்யாணம் பண்ணிக்க விரும்பறேன்னா?'

'அப்ப கதையே வேற. அந்த வேற யாரையாவது அழைச்சிக்கிட்டு வந்து உங்கம்மாகிட்ட காட்டு. 'பாரும்மா, எனக்கு வீடியோ பார்லர் வேண்டாம். இந்தப் பட்சிதான் வேணும்'னு தைரியமாச் சொல்லு. 'இவன் எனக்காகத் தேசிய விடுமுறை நாள்கள் தவிர மத்த எல்லா தினங்களிலும் சர்வ பரித்தியாகம் செய்யறதா வாக்குக் கொடுத்திருக்கான்'னு சொல்லத் தைரியம் இருக்கா உனக்கு?'

'இருக்கு அரிஸ்.'

'நீ வேற யாரையாவது காதல் பண்றேன்னு என்கிட்ட சொல்லவே இல்லையே?'

'உங்களுக்குத் தெரியும்னு நினைச்சேன். ஹிண்ட் எல்லாம் கொடுத்தேன்...'

'யார் அந்தப் பையன்?'

லின்னி, அரிஸ்ஸின் அருகில் வந்து அவன் கன்னத்தில் சின்னதாக ஒரு முத்த முத்திரை பதித்துவிட்டு, 'நீங்கதான் அரிஸ்' என்று சொல்லிவிட்டு, மோட்டார் வைத்த மான் போல ஓடிப் போய் விட்டாள்.

'என்னது!' என்று அரிஸ் அலறியதை அவள் கேட்கவே இல்லை. 'ஓ மை காட்! ஜோமோ, என்னடா விபரீதம் இது! உனக்கு ஏதாவது புரியறதோ?'

ஜோமோ, 'கவலைப்படாத அரிஸ். இதையெல்லாம் சீரியஸா எடுத்துக்காதே. அந்தப் பொண்ணு எப்பவுமே விளையாட்டுப் புத்தி. வேடிக்கைக்கு சொல்றது' என்றான்.

'ஆமாம் அப்படித்தான் இருக்கணும். அப்படித்தான் இருக்கணும்' என்றான் கன்னத்தைத் தடவிக் கொண்டே. இல்லையின்னா இந்தப் பிளாட் போற திசையே சரியாயில்லை.'

ஜோமோ மீனம்பாக்கத்துக்குப் போனபோது டிக்கெட் எடுத்து, கண்ணாடிக் கதவுகளையும், நாய்க்குட்டி போலப் பெட்டியை வார் போட்டுச் சக்கரங்களில் இழுத்துச் செல்லும் ஜீன்ஸ் மாதர்களையும் கடந்து போஸ்ட் ஆபீஸில் விசாரித்ததில் மற்றொரு கண்ணாடிக் கதவைக் காட்டினார்கள். கக்கூஸுக்கு ஒப்பனை என்று பேர் போட்டு அதனருகில் இருந்தது 'பயணிகள் உடைமைகளின் காப்பகம்'. ஜோமோ அங்கே அந்தச் சீட்டைக் காட்டியபோது புதுசாக மில் முத்திரையுடன் நீலநிற கெட்டித் துணியில் சீருடை அணிந்திருந்தவர் உள்ளே நோக்கி 'முந்நூத்திப் பதினாலுப்பா' என்றார். ரேக்கு ரேக்காக உடைமைகள் அடுக்கப் பட்டிருந்த பகுதியிலிருந்து மற்றொரு சிப்பந்தி எட்டிப் பார்த்து பையை எடுத்துக்கொண்டு, ரசீதை வாங்கிக்கொண்டு 'எய்ட் ரூப்பிஸ் கொடுங்க சில்லறையா' என்றார்.

ஜோமோ புரியாமல் காசு எடுத்துக் கொடுக்க, அவனிடம் பை கொடுக்கப்பட்டது. ஜிப் வைத்து மூடி, கொட்டைப் பாக்குப் பூட்டு போட்டிருந்த கைப்பை சற்று கனமாக இருந்தது.

'மாப்பிள்ளை வரலீங்களா? மாப்பிள்ளையைப் பார்க்கணும்' என்றான்.

'மாப்பிள்ளையா? அவன் யாரு?'

'எனக்கும் தெரியாதுங்க. மாப்பிள்ளையை அழைச்சிக்கிட்டு வரச் சொன்னாங்க.'

'யாரு?'

'சாலிகிராமத்தில் ஒருத்தரு.'

'சாலிகிராமுமில்லை மாப்பிளையும் இல்ல. பொருளை வாங்கிட்டீங்க இல்லை? பின்ன போங்க. எத்தனை பேரு காத்துக்கிட்டு... ஃப்ளைட்டு வந்திருச்சு பாருங்க.'

'ஸாரி' என்று ஜோமோ வேறு வழியில்லாமல் அந்தப் பையை வாங்கிக்கொண்டு விழித்துக்கொண்டு சற்றுநேரம் செய்கையற்று நின்றான். பல்லவனுக்கு பத்து ரூபாய் டிக்கெட் விற்றுக் கொண்டிருந்தார்கள். மோட்டார் இயக்கத்தில் ரப்பர் பெல்ட்டில் பயணிகளின் பெட்டிகள் ஊர்ந்துகொண்டிருக்க, அவற்றை அவசரமாகக் கவர்ந்துகொள்ள மக்கள் முனைய, பஜனைக்குப் பின் சுண்டல் கூட்டம்போல் இருந்தது.

அந்த வினோதமான பையை எடுத்துக்கொண்டு மறுபடியும் சாலிகிராமம் போகலாமா என்று உத்தேசித்தான். இப்போது அவர்கள் அங்கே இருப்பார்களா என்று தெரியவில்லை. பஸ்ஸில் ஏறிக்கொண்டான்.

வீட்டுக்கு வந்து சேர்ந்தபோது மாமாவும் கஸ்தூரியும் மட்டுமே இருந்தார்கள். 'என்னடா ஜோமோ, மாப்பிள்ளை கிடைச்சாச்சா?'

'ப்ச்' என்றான்.

'அது என்ன பையி?'

'மாப்பிள்ளைக்குப் பதிலாக் கிடைச்சது' என்று அதை அலமாரியில் வைத்தான்.

கஸ்தூரி நைட் கவுன் அணிந்திருந்ததால் கொஞ்சம் கவனத்தைக் கலைத்தாள். மாமாவின் அருகில் வீற்றிருந்தாள். கராத்தே பயிற்சிப் புத்தகங்களின் போட்டோக்களை கவனித்துக்கொண்டு அதைப் போல் பழகிக்கொண்டிருந்தாள்.

'கஸ்தூரி, நீ அன்னிக்கு என்னை ஒரு சுழட்டு சுழட்டினே பாரு. பிசகிட்டுடுத்து.'

'ஏன் மாமா நோவா?'

'கடுப்பு வலி.'

'எங்க காட்டு.'

'எங்கன்னு காட்டுவேன்? எந்த இடத்தை நினைச்சிட்டாலும் வலிக்கிறது.'

‘எங்க ஜாஸ்தி நோவோ அங்க காட்டு.’

‘முதுகில.’

‘எங்க, சட்டைய கள்ட்டு’

மாமா சட்டையை அரை மனதாகக் கழற்றி முதுகைக் காட்டினான்.

‘ரொம்ப சதை. எக்ஸைஸ் பண்ணணும்.’

‘கிக் கிக்சிக்....கிச்சு கிச்சு மூட்டாதே. தொட்டா சிரிப்பு வருது. அதே சமயம் வலி.’

‘படுத்துக்க’ என்று கஸ்தூரி மாமாவை வீழ்த்தினாள். குப்புறப் படுத்தவனின் அருகில் சைடாக உட்கார்ந்துகொண்டு முதுகில் அங்கங்கே இதமாக ஒத்தினாள். ‘எப்படிருக்கு?’

‘ஆஹா! உன் கை பட்டதே சொகம். பேசாம போலீஸ் வேலையை விட்டுட்டு மஸாஜ் பார்லர் ஆரம்பிச்சுரு.’

‘இப்ப?’

‘அய்யோ! வலிக்கிறது. அதே சமயம் சிரிப்பும் வரது. கிக்லி கிலி’ என்றான்.

ஜோமோ, ‘வாங்கம்மா, எப்ப வந்தீங்க?’ என்றான்.

மாமாவின் மனைவி நீலா தமிழாசிரியை கைப்பெட்டியைக் கீழே போட்டுவிட்டு அந்தக் காட்சியைக் கண்ணிமைக்காமல் பார்த்துக் கொண்டிருக்க, கஸ்தூரி, ‘யார்றி நீ’ என்றாள்.

12

'டிஸாஸ்டர்' என்கிற ஆங்கில வார்த்தையை அகராதி 'பேரிழப்பு', 'கடுந்துன்பம்' என்கிறது. தமிழாசிரியை நீலாவுக்கும் தமிழைப் பகுதி நேரங்களில் பயின்ற கஸ்தூரிக்கும் நிகழ்ந்த உரையாடலை பெரும் பேரிழப்பு என்றுதான் சொல்லவேண்டும்.

'யார்றி' என்று கஸ்தூரி, நீலாவைக் கேட்டதில் எவ்விதமான மரியாதைக் குறைவும் கிடையாது. கன்னடத்தில் 'றி' விகுதியில் நிறையவே மரியாதை உண்டு. இது நீலாவுக்கு, கால்டுவெல்லின் 'திராவிட மொழிகளின் ஒப்பிலக்கணம்' படித்திருந்தாலும், தெரிந்திருக்க நியாயமில்லை.

நீலா, கஸ்தூரியை வடக்கு தெற்காகப் பார்த்து, 'நீ யார்றி?' என்றாள்.

இதனிடையில் மாமா மஹா குபுக்கென்று எழுந்து தன் சட்டையால் மார்பகத்தை மறைத்துக்கொண்டு, 'நீலா, எப்ப வந்தே? வரப்போறதா கடுதாசிகூட இல்லையே' என்றான்.

'எல்லாம் இருக்கட்டும். யார் இந்தப்பெண்? சொல்லுங்கள்' என்றாள்.

'இது வந்து... கஸ்தூரி வந்து... போலீஸ். வந்து... கிட்டா வந்து... இவளை வந்து...'

'மாமா, இதான் உன் வீட்டுக்காரியா?'

நீலா மாமாவைப் பார்த்து…'இவளுக்கு உங்க முதுகில் என்ன வேலை?' என்றாள்.

'அதாவது வந்து இவ கராத்தே கத்துக்கறாளா, என் கையைப் பிடிச்சு ஒரு தடவை இழுத்துட்டாளா…' மாமா, மேலும் சொல்வதில் அசம்பாவிதம் அதிகமாவதை உணர்ந்து மிச்ச வாக்கியத்தை மழுப்பினான்.

'மணம் புரிந்த மனைவி அங்கே தனியாக உங்களையே ஒவ்வொரு மூச்சிலும் எண்ணிக்கொண்டிருக்க, இங்கே களிப்பா?'

'ஏம்மா உனக்கு மூச் பிடிப்பா? மாத்திரை வாங்கிக்கறயா?' என்றாள் கஸ்தூரி.

'நான் இனி இந்த வீட்டில் ஒரு மணித்துளிகூடத் தங்க மாட்டேன்.'

'இரு நீலா. ஐ கன் எக்ஸ்ப்பௌய்ன் எவ்ரிதிங்.'

'எனக்கு ஆங்கிலம் ஆகாது என்பது தெரியாதா உங்களுக்கு? பார்த்தசாரதி, என் மதிப்பில் நீங்கள் விழுந்துவிட்டீர்கள்.'

'எங்க விளுந்தே சொல்லு கண்ணா?'

'டேய் ஜோமோ சொல்லேண்டா…'

கஸ்தூரி, நீலாவின் அருகே சென்று, 'என் பேச்சு இதெல்லாம் வக்கார்றி, கூத்கொள்ளு, வக்காரு' என்று அவளைத் தோளில் அழுத்தினாள்.

'பாத்தீர்களா, எந்த மாதியான வசை வார்த்தைகள்!'

கஸ்தூரி அவள் பெட்டியைப் பிடுங்கிப் போட்டுவிட்டு பலமாகவே உட்கார வைத்தாள்.

'உம் பேரு என்ன?'

'நீலா' என்றான் மாமா.

'நீலாக்கா. நமக்குள்ள மிஸ்-அண்டர்ஸ்டாண்டிங் கூடாது. நான் பொம்பளை, நீ பொம்பளை. மாமா உன்னைப் பத்தி சொல்லியிருக்கு. பார்த்தசார்த்தியா அவரு பேரு? அப்டி யாரும் இங்க

கூப்டறதில்லை. மாமாதான். எனக்கும் மாமாதான். உனக்கும் மாமா.' மாமா கலவரத்துடன் மனைவியைப் பார்க்க, கஸ்தூரி தொடர்ந்து, 'உன்னைப் பத்தி என்னல்லாம் சொல்லியிருக்கு தெரியுமா. உன்னைப் போல பெரிய பஜாரி இல்லைன்னு...'

மற்றொரு துரதிருஷ்டவசமான வார்த்தை! 'பஜாரி' என்றால் கஸ்தூரியின் வட்டார வழக்கில் சாமர்த்தியக்காரி என்று பொருள். இந்த வழக்கம் நீலாவுக்குத் தெரிந்திருக்கவில்லையாதலால் தன்னுடைய பெட்டியை எடுத்துக்கொண்டு, 'மோகன், நீங்க கூட வர்றீங்களா. இந்த வேளையில் எங்க சிற்றப்பன் வீட்டுக்குப் போகவேண்டும்' என்றாள்.

'என்ன நீலா சொல்றே. நீ இப்ப எதுக்கு போகணும்? தபாரு. இவ பேசற பாஷைதான் ஒரு மாதிரியா இருக்குமே தவிர, இவ நம் கிட்டா இல்லை, கிருட்டினமூர்த்தி, அவனைக் கல்யாணம் பண்ணிக்கப் போறவ. போலீஸ் அதிகாரி. கராத்தே பயிற்சிக்கு இங்கே வந்திருக்கா.'

'மோகன் நீங்க வரீங்களா, நான் தனியாப் போகவா?'

'த பாரு நீலா, கோவிச்சுக்க, பரவாயில்லை. ஆனா, வீட்டை விட்டுப் போகாதே. சித்தி இப்ப இல்லை. ராத்திரி தூங்கிட்டுக் காலையில் சிந்திச்சுப் பாரு.'

'வேணுமின்னா நித்திரைக்கு மாத்திரை வாங்கிக்க. தரவா?'

நீலா இதையெல்லாம் கவனிக்காமல் பெட்டியை எடுத்துக் கொள்ள மாமா அவள் முழங்கையைப் பிடிக்க, 'தொடாதீர், உலுத்தரே' என்றாள். மாமா ஜோமோவை ஆயாசமாகப் பார்த்து, 'டேய், அழைச்சுட்டுப் போடா. பிடிவாதம் பிடிச்சா அசங்க மாட்டா.'

'இப்ப எங்க போனம்ங்கறே?'

'மாம்பலத்தில் அவ சித்தப்பா வீடு இருக்கு. ட்ரை அண்ட் கன்வின்ஸ் ஹர். இல்லை, நாளைக்குப் பொழுதோட போய் மண்டி போட்டுக்கறேன். என்னடா ஒரு பேஜார்!'

'நீ பேஜார் பண்ணிக்காதே மாமா. நான் பாத்துக்கறேன்'

'அம்மா! நீ கொஞ்சம் சும்மா இரேன்!'

அவசரமாக வீட்டை விட்டு வெளியே வந்துகொண்டிருந்த நீலாவைத் தொடர்ந்து ஜோமோ ஓட்டமும் நடையுமாகச் செல்ல, 'பாருங்க, மாமா, அதாவது பார்ஸாரதி வந்து ரொம்ப உத்தம புருஷன். அவனுக்கு எந்த மாதிரிக் களங்கமான எண்ண மும் கிடையாது. அந்தப் பொண்ணு வந்து போலீஸ். கொஞ்சம் வித்தியாசமாப் பழகுவா. தமிழ் வேற தகராறு.'

'இல்லைங்க மோக்னரங்கம்! இவருக்காக நான் தனியே கிடந்து செங்கல்பட்டில் மையிருங் கூந்தல் நெய்யணி மறந்து கையறு நெஞ்சத்துக் கண்ணகி போல வாடிக்கிட்டு இருக்கேன். இங்க வந்து பார்த்தா யாரோ ஒரு பெண் பிள்ளை உடம்பு பிடிச்சு விடறா. எனக்கு எப்படி இருக்கும் சொல்லுங்க...'

'வாஸ்தவம்தான்.'

'மெய்தான்னு சொல்லுங்க. வடமொழி வேண்டாம்.'

'ஆனா நீங்க நினைக்கிறமாதிரி மாமா அப்படிப்பட்ட ஆளே இல்லை. நீலா நீலான்னு வார்த்தைக்கு வார்த்தை அலத்தறான் தெரியுமா? எங்க நீலா மாதிரி யாராவது உண்டா. நீலா மாதிரி அழகா. நீலா இது செய்வா, அது செய்வா. நீலாதான்'

'தெரியும்; எனக்கு நன்றாகவே தெரியும். இவர் மற்றொருத்தியை நினைக்கவே மாட்டார். அப்படி அவர் நினைத்திருந்தாலும் என் னுடைய தமிழ் மரபு 'சிலம்புளது கொண்மின்'னு சொல்லத்தான் சொல்லுமே தவிர வேறு ஏதும் செய்யமாட்டேன். ஐயப்பாடே இல்லை. இருந்தாலும் இந்த மாதிரி ஒரு காட்சியைக் கண்டு விட்டு எந்த மனைவி வாளாயிருப்பாள் சொல்லுங்கள்.'

'அது வாஸ்தவம்தான், ஸாரி, மெய்தான்.'

'அதனாற்றான் நான் இரவு அங்கே போய்த் தங்கிவிடுகிறேன். காலையில் அவரை வந்து பார்த்து மன்னிப்புக் கேட்கச் சொல் லுங்கள்.'

'இப்பவே வேணா கேக்கச் சொல்றேன்.'

'வேண்டாம். காலை என்னை வந்து காணட்டும். நீங்களும் சொல்லுங்கள், நீலா மிகவும் மனம் கலங்கியிருக்கிறாள் என்று.'

'இப்ப எங்க போறதா உத்தேசம்?'

'சிற்றப்பன் வீட்டுக்குத்தான். முன்பே சொல்லிவிட்டு வந்திருக்கிறேன். என்னை ஒரு தானியங்கியில் ஏற்றி வைத்துவிட்டால் போதுமானது.'

அவளைத் தானியங்கியில் ஏற்றிவிட்டு ஆட்டோவின் நம்பரையும் குறித்துக்கொண்டு ஜோமோ திரும்புகையில் தெருவில் அவன் தோளுக்குப் பின்னால் மூச்சு கேட்டது. கார்ப்பரேஷன் தயவால் இருட்டு. கிட்டத்தில் பார்த்ததில் அந்தப் பீரங்கி மூக்கன். 'என்னப்பா ஏர்போர்ட்டுப் போயிருந்தியா?'

'ஆமாங்க.'

'மால் எடுத்துட்டு வந்தியா?'

'ஆமா ஒரு பையி!'

'எங்க பையி?'

'வீட்டில இருக்குது.'

'சரி மாப்பிள்ளையைப் பார்க்க வேண்டாம்?'

ஜோமோ சந்தோஷத்துடன், 'ஆமாங்க, எங்க வரது சொல்லுங்க?'

'சோழாக்கு வந்துரு.'

'சோழா ஓட்டலா? என்ன ரூம்?'

'அதெல்லாம் கேக்காதே. சோழாவுக்கு வந்து லவுஞ்சில இரு. அங்க வந்து பார்க்கலாம். பையை மறக்காம கொண்டாந்துரு.'

'மாப்பிள்ளை ஒப்புக்கிட்டாரா?'

'அதெல்லாம் ஆயிரும்.'

'பெண்ணைப் பார்க்கவேண்டாமா?'

'தேவையில்லை. நீ சொன்னாப் போதும்.'

'எப்ப வரட்டும்?'

'காலைல.'

ஜோமோ ஃப்ளாட்டுக்குத் திரும்பியபோது அவனுக்கு மனசில் நிறைவாக இருந்தது. தன்னுடைய பிரச்னைக்குத் தீர்வு தெரிகிறது. அந்தப் பையைக் கொண்டு கொடுத்துவிட்டு மாப்பிள்ளையைப் பார்த்து ஏற்பாடு செய்துவிட்டு... இல்லை, இன்னும் எவ்வளவோ இருக்கிறது. மாப்பிள்ளை அபிராமியைப் பார்த்ததும் என்ன சொல்லப் போகிறாரோ, அல்லது மாப்பிள்ளை இவளுக்குப் பிடிக்காமல் போகலாம். அல்லது...

'மாமா, உன் மனைவி ரொம்பக் கோபத்திலே இருக்கா. காலைல வரச் சொன்னா. சமாதானப்படுத்தி அங்கே இங்கே அழைச்சிட்டுப் போய் புடைவை, பேல்பூரி ஏதாவது வாங்கிக் கொடு.'

'அதெல்லாம் வேண்டாம். அவளுக்கு சைவ சித்தாந்த நூற் பதிப்புக் கழகத்துக்கு அழைச்சிட்டுப் போனாப் போதும். இளகிடுவா. சீரியஸா ஏதும் இல்லையே.'

'சித்தப்பா வீட்டுக்குப் போயிருக்கா.'

'ஒவ்வொரு தடவையும் இதான். போனதடவை பஸ் ஸ்டாண்டுக்கு வரலைன்னு கோபம்.'

'மாமா, அலமாரியில் ஒரு பை வெச்சிருந்தேனே, எங்க அது?'

13

ஜோமோ ஏர்போர்ட்டிலிருந்து கொண்டுவந் திருந்த பையை அலமாரியில் தேடினான்.

மாமா அதைப் பற்றி ஓர் அட்சரம் தெரியாது என்றான். அரிஸ் 'பையா? என்ன பை? வேணும்னால் என்னுடையதை எடுத்துப் போ' என்றான்.

கிட்டா, 'அந்தப் பையைக் கஸ்தூரி ஆசையுடன் பார்த்துக் கொண்டிருந்ததாக ஞாபகம்' என்றான். 'கராத்தே டிரஸ்ஸுக்குத் தோதாக இருக்குமாம். சாயங்காலம் அவ வந்ததும் கேட்டு வாங்கி வைக்கிறேன். அவசரமா?'

'டேய், அந்தப் பை பூட்டுப் போட்டுப் பூட்டியிருந்ததுரா!'

'இருந்தா என்ன, கஸ்தூரி தொட்டாலே திறந்துட்டது. கொட்டைப் பாக்குப் பூட்டு.'

'அதுக்குள்ள இருந்த சாமான்லாம்?'

'தெரியாதுப்பா, ஏதோ பவுடர் டப்பா எல்லாம் இருந்ததா ஞாபகம். எல்லாம் அவ வந்ததும் கேட்டுக்கோயேன்.'

'சே! இந்த வீட்டில ப்ரைவஸியே கிடையாது.'

'இப்ப என்ன அவசரம் அந்தப் பைக்கு?' என்றான் அரிஸ்.

'சோழா ஓட்டல்ல அந்த மாப்பிள்ளை சொன்னேனே, அவனைப் போய்ச் சந்திக்கணும். அப்ப பையைக் கொடுக்கணும். கொண்டு வான்னு சொல்லியிருக்காங்க.'

'ஒப்புத்துக்கிட்டான்? நான் சொன்னேன் பாத்தியா ஐடியா. ஜோமோ, முதல்ல ஆளைப் போய்ப் பார்த்துட்டு வந்துரு. ஏதாவது கூன் குருடுன்னு இருக்கப் போவுது.'

'பை?'

'பைக்கு என்ன அவசரம்? பத்திரமா இருக்கு, சாயங்காலம் கொண்டுவந்து தர்றேன்னு சொல்லு. இல்லை, அவனை இங்கே இன்வைட் பண்ணு.'

அரிஸ் அவ்வப்போது லின்னி முத்தமிட்ட இடத்தில் கன்னத்தைத் தடவிக்கொண்டிருந்தான். 'புரியலை' என்று சொல்லிக் கொண்டிருந்தான்.

'என்ன புரியலை?' என்று கேட்க அவகாசமில்லாமல் ஜோமோ சோழா ஓட்டலுக்குப்புறப்பட்டான்.

விஸ்தாரமான வாசலில் நிற்கும் சர்தார்ஜியின் மார்பில் கேடயம் மாதிரி பளபளத்தது. சப்தமில்லாமல் நழுவி வந்துநிற்கும் கார்களிலிருந்து புடைவை விளம்பரம்போல நங்கைகள் வந்து இறங்க...

வெள்ளைக்காரர்கள் டிராயர் போட்டுக்கொண்டு அலையும் லவுஞ்சில் நுழைந்தபோது ஜோமோவுக்குச் சுத்தமாக மாப்பிள்ளை யார், எப்படி இருப்பான், எப்படிச் சந்திக்கப் போகிறான் என்கிற ஐடியாவே இல்லை. ரிசப்ஷன் பகுதியில் வெள்ளை டெலிபோனில் சில்க்கிகள் நாக்கு நுனி இங்கிலீஷ் பேசிக்கொண்டிருக்க, வேணுமென்றே பள்ளமாக இருந்த பகுதியில் சொகுசான சோபா வின் விளிம்பில் உரிமையில்லாமல் உட்கார்ந்துகொண்டான். இங்கும் அங்கும் திருதிரு என்று நோக்கினான். லிஃப்ட் திறந்து வெளிவந்தவர்களில் ஒருத்தி அபிலாஷாபோல இருந்தாள். நளினமாக நடந்து அருகே வந்தபோது அபிலாஷாதான்.

'அட! நீங்க எங்க இந்தப் பக்கம்?' என்றனர் இருவரும்

'இங்க ரிசப்ஷனிஸ்டு வேலைக்கு ஆள் எடுக்கறதாச் சொன்னாங்க. அப்ளிகேஷன் ஃபாரம் வாங்கிட்டுப் போகலாம்னு வந்தேன். உங்களுக்கு இந்த ஓட்டல்ல யாரையாவது தெரியுமா?'

'இல்லைங்க... அதான் நம்ம விவகாரம்தான். ஒரு ஆளைச் சந்திக்க வந்தேன் அவங்க...'

'யூ மீன், எங்க அக்காவுக்கு வேற மாப்பிள்ளை?'

'அதேதாங்க. அவர் இந்த ஓட்டல்ல தங்கியிருக்காரு. வரச் சொன்னாரு. பார்த்துட்டுப் போலாம்னு...'

'எந்த ரூம்ல?'

'இன்னும் தெரியலை. இங்க வந்து சந்திக்கிறதாச் சொன்னாங்க.'

'இன்னும் எட்டு நாள்தாங்க இருக்குது. சொல்றதா இருந்தா சீக்கிரம் சொல்லணும்.'

'அதுக்குத்தான் அல்லாடிக்கிட்டு இருக்கேங்க. நான் படற பாடு, அபிலாஷா, சொல்லி மாளாது. இவங்க வந்து ஒப்புத்துக்கிடுவாங்க போலிருக்கு. பார்ட்டி கொஞ்சம் அயனான பார்ட்டி. மிடில் ஈஸ்ட்டில் எல்லாம் பிஸினஸ் உண்டு போல இருக்கு.'

'அப்படியா?' என்று அகலமாக விழிகளை விரித்தாள். பக்கத்தில் உட்கார்ந்தாள். ஜோமோவுக்கு அவள் அழகைப் பார்க்கப் பார்க்க அழுகை வந்தது. 'என்ன அப்படிப் பார்க்கறீங்க?'

'எல்லாம் என் விதி? ஆரம்பத்திலேயே நீங்கன்னு நினைச்சுக்காம இருந்திருந்தா!'

'அதெல்லாம்தான் ஆயிருச்சே! இப்ப என்ன பண்ண முடியும்? பாருங்க, இவங்க ஒத்துக்கிட்டா நான் என்மட்டில முயற்சி பண்ணத் தயாராயிருக்கேன். முதல்லே யாராவது மாத்து ஆசாமி ஒப்புத்துக்கிட்டே ஆகவேண்டியது முக்கியமா இல்லையா? நீங்களே சொல்லுங்க...'

'சரிதாங்க' என்றான் விரக்தியுடன்.

'ரொம்ப மனசு உடைஞ்சு போயிருக்கீங்க. தேத்திக்குங்க. இதப் பாருங்க, என்னைப் பொருத்தவரையில் நான் சமீபத்தில் கல்யாணம் பண்ணிக்கிறதாகவே இல்லை. இந்த ரிசப்ஷன் வேலை கிடைச்சு பார்ட் டைமா மாடல் பண்ணி, கொஞ்சம் பணம் சேர்த்துவெச்சு இங்லாண்டு போலாம்னு இருக்கேன். அங்க என் சினேகிதி இருக்கா... இதோ, இவங்கதானா?'

அந்த ஆசாமி வருவதன் முன்னே மிடில் ஈஸ்ட் மஸ்க் செண்ட் வாசனை அடித்தது. கையில் தொளதொளவென்று போன பிக்சர் சக்ஸ்ஸ் ஆன டைரக்டர்போல் தங்கத் தோடா போட்டிருந்தான்.

வயசு முப்பது சொல்லலாம்போல் இருந்தது. அக்ரிலிக் சமா சாரத்தில் டி ஷர்ட் அணிந்து கழுத்து திறந்து சங்கிலி எல்லாம் தெரிந்தது. ஜோமோவின் அருகில் ஸ்வாதீனமாக உட்கார்ந்து கொண்டு அபிலாஷாவைப் பார்க்காமல், 'நீங்கதானே ஏர் போர்ட்டு போய் வந்தீங்க?'

'ஆமாங்க, எம்பேர் மோகனரங்கம். ஊரு ஜோலார்ப்பேட்டை. அய்யா உங்க பேரு?'

'எம் பேரு மன்னான்னு சொல்வாங்க.'

'எப்டி என்னைப் பார்க்காம அடையாளம் கண்டுபிடிச்சீங்க?'

'மூக்கு சொன்னான்' என்று அவன் பார்த்த திசையில் அந்தப் பீரங்கி மூக்கன் பவ்யமாக நின்றுகொண்டு அபிலாஷாவைத் தரிசித்துக்கொண்டிருந்தான்.

'இது யாரு?'

'இது வந்துங்க... மிஸ் அபிலாஷா, எனக்குத் தெரிஞ்சவங்க. இந்த ஓட்டல்ல ரிசப்ஷன் வேலைக்கு மனு போட வந்தாங்க. நீங்க எதுக்கும் பெண்ணைப் பார்த்துர்றது நல்லதுங்க.'

'இருக்கட்டுங்க. பார்த்துக்கலாம், பை எங்க?'

'பை கொண்டு வர்லைங்க.'

'கொண்டுட்டு வரலையா? ஏன்?'

'சாயங்காலம் கொண்டு வரலாம்னுட்டு இருக்கேன். அதுக்கு முந்தி உங்க சம்மதம் தெரியணும். அபிலாஷா, உங்களுக்கு

அப்ஜெக்‌ஷன் இல்லைன்னா இவரை வீட்டுக்குக் கூட்டிட்டு போயிப் பார்த்துட்டு....சும்மா இன்ஃபார்மலாத்தான்.'

'ஓகே, எனக்கு அப்ஜெக்‌ஷன் இல்லை.'

'மிஸ்டர் மன்னார். நீங்க என்ன சொல்றீங்க?'

'மன்னார் இல்லை. மன்னா' என்று அராபிய எழுத்துக்களுடன் இருந்த 555 பாக்கெட்டிலிருந்து ஒன்று எடுத்துக் கடித்துக் கொண்டு தங்கத்தால் க்ளிக்கிக்கொண்டு புகை விடுத்தான். அபி அவனையே பார்த்துக்கொண்டிருந்தது சங்கடமாக இருந்தது. 'நீங்க இங்க்லாண்ட் போயிருக்கீங்களா?'

'சரியாப் போச்சு. இங்கிலாண்டில் எங்களுக்கு ப்ராஞ்சு இருக்குது. ஆறுமாசம் அங்கதானே தங்குவேன். ஏம்மா மூக்கு, பை கொண்டுவரலயாம் இல்லை? ஏங்க, நீங்க பையைக் கொண்டு வந்திருக்கணும். என்னங்க நீங்க! இப்பப் போய் எடுத்துட்டு வந்துரலாமா? கார் எடுத்துட்டுப் போறீங்களா?'

'இப்ப முடியாதுங்க.'

'ஏன்?'

'இப்பப் பை எங்கிட்ட இல்லைங்க. சாயங்காலம்தான் வரும்.'

'அப்படியா? இப்ப எதுக்கு வந்தீங்க?'

'மத்த விஷயங்களைப் பேசறதுக்கு. நீங்க வந்து பார்க்க வேண்டாமா? வந்தீங்கன்னா கூட்டிட்டுப் போயி மத்த விஷயங்களைப் பேசி முடிச்சுரலாம்.'

'அதுக்கப்புறம்தான் பையா?'

'இங்க்லாண்டில் மாடலிங்குக்கு எத்தனை கொடுப்பாங்க?'

'என்னடா மூக்கு, இப்படிச் சொல்றாரு?' அபிலாஷாவை ஒரு மாதிரி பார்த்தான் 'மன்னா' என்கிறவன்.

'இவங்களும் கூட வர்லாங்களா?'

'ஆமாம், இவங்க இல்லாமலா?'

'ஏங்க, இங்கிலாண்டில் மாடல்களுக்கு...'

‘அதெல்லாம் கார்ல பேசிக்கலாம். கிளம்புங்க.’ அந்த ஆசாமி எழுந்திருந்து மூக்கனை நோக்கிப் போய் அவனிடம் ஏதோ சொல்ல, அவன் லிஃப்டை நோக்கிச் சென்றான். ‘வாங்க, கார்ல போயிரலாம் எல்லாரும்.’

அவர்கள் வாசலுக்கு வருவதற்குள் மூக்கன் ஓட்டிவந்த கார் சக்கென்று வந்து நின்றது. மன்னா என்பவன் முன் சீட்டில் ஏறிக்கொள்ள, ஜோமோவும் அபிலாஷாவும் பின் சீட்டில் ஏறிக்கொண்டார்கள். காருக்குள் ஏகப்பட்ட வெளிநாட்டுச் சாதனங்கள் பொருந்தியிருந்தன. பச்சைக் கடிகாரம், காஸ் டெல்லா ஹார்ன் என்று குஞ்சலக் குதிரையாக ஊர, ‘எங்க போகணும்? வழி சொல்லுங்க.’

‘ஜெமினி தாண்டினதும் நேராப் போய் லெஃப்டில திரும்புங்க.’

‘நீங்க என்ன பிஸினஸ் பண்றீங்க?’

அவன் மரியாதையுடன், ‘என்னம்மா? தோல் பிஸினஸ்! அதாவது ஷூ அப்பர்ஸ் இருக்கு பாருங்க. அதை ஏற்றுமதி பண்ணிக்கிட்டு இருக்கேன். இங்கே கட்டிங்குக்குன்னு ஒரு கம்ப் யூட்டர் பாண்டில விக்கறாங்களாம். அதை விசாரிக்க வந்தேன். நீங்க மாடலா?’

‘ஆமாங்க.’

‘இங்கிலாண்டில காண்டாக்ட் இருக்குங்க.’

‘அப்டீங்களா!’ என்றாள் உற்சாகமாக.

‘பெண் பார்க்கப் போறப்ப வெறுங்கையோடு போகக்கூடாது. எங்கயாவது நிறுத்தச் சொல்லுங்க. பழம், பாக்கு, கொஞ்சம் ஸ்வீட்ஸ் எல்லாம் வாங்கிட்டுப் போயிரலாம்.’

ஜோமோவுக்குச் சந்தோஷமாக இருந்தது. அப்பாடா! விடிவு காலம்! இந்த ஆள் ஒப்புக்கொண்டுவிடுவான் போலத்தான் இருந்தது. இன்னும் ஒரே ஒரு கட்டம், அபிராமியைப் பார்க்க வேண்டுமே! யார் கண்டார்கள்? பார்த்துப் பிடித்துப் போகலாம். எல்லாம் கடவுள் விட்ட வழி.

ஐரோட்டில் தியேட்டரில் திரும்புவதற்கு முன்னால் காரை ஓரத்தில் நிறுத்தி, ஜோமோவின் கையில் மாப்பிள்ளை ஒரு நூறு

ரூபாய்த் தாளைத் திணித்து, 'மூக்கா? சார்கூடப் போய் வாங்கிட்டு வந்துரு' என்றான்.

கடைக்குப் போய் ஒரு டஜன் சிறு மலைப்பழம், வெற்றிலை, கொட்டைப்பாக்கு, பிளாஸ்டிக் பை நிறைய சாக்லெட் எல்லாம் வாங்கி, பணம் கொடுத்துச் சில்லறை வாங்கிக்கொண்டு திரும்பும் போது மூக்கனையும் காணவில்லை, காரையும் காணவில்லை.

14

ஜோமோவுக்கு நிலைமை புரியத் தாமதமாயிற்று. காரைக் காணோம். ஒரு வேளை 'நோ பார்க்கிங்' என்று கொஞ்சம் தள்ளி நிறுத்தியிருப்பார்களோ என்று பிளாட்பாரத்தில் விவரமாகத் தேடினான். ஒரு பெட்டிக் கடையில் விசாரித்ததில் கடைக்காரர் இடக்காக, 'எங்ககிட்ட இல்லை சார், வேணும்னா உள்ள வந்து பார்த்துக்கங்க...' என்றார். எதற்காக விட்டுவிட்டுப் போய்விட்டார்கள் என்று புரிய வில்லை. எங்கே போயிருப்பார்கள்? அபிலாஷாவின் வீட்டுக்குத்தான் போயிருக்க வேண்டும். ஏதோ ஒரு விவரிக்கப்படாத காரணத்துக்காக என்னை விட்டுச் சென்றுவிட்டார்கள். எதற்கும் அங்கே போய்ப் பார்த்துவிடலாம் என்று ஆட்டோ ரிக்ஷா பிடித்து அபிலாஷாவின் வீட்டுக்குச் சென்றபோது வாசலில் யாதொரு காரும் நிற்கவில்லை. கதவை அபிராமி திறந்து வாசலை விட அகலமாகப் புன்னகை புரிந்து. 'வாங்க, வாங்க' என்று அவன் கையில் வைத்திருந்த பழம், பாக்கு, சாக்லெட்டுகளை எல்லாம் பிடுங்கிக்கொண்டாள்.

'அவங்க வரலீங்களா?'

'எவங்க?'

'அதான், அபிலாஷா, அப்புறம் காரு.'

'என்னைப் பார்த்தாலே உளற ஆரம்பிக்கிறீங்க?' என்று சிரித்தாள். 'உள்ள வாங்க.'

'இல்லீங்க.... நான் பொறப்படணுங்க. ரொம்ப வேலையிருக்கு. அப்பா இல்லையா?'

'அப்பா போஸ்ட் ஆபீஸ் போயிருக்காரு. முக்கிய உறவுக்காரங்களுக்கு எல்லாம் கைப்படக் கடிதம் எழுதிக்கிட்டு இருக்காரு. எப்பப் பார்க்க வந்தாலும் சாக்லெட் பழமா? ரொம்ப செலவாளி போல இருக்கு நீங்க! எல்லாத்தையும் மாத்திடறேன். உக்காருங்கன்னா!'

'இல்லைம்மா, மற்றொரு சமயம் வரேன்.'

'ஒரு இதாவது கொடுத்திட்டுப் போங்க' என்று கன்னத்தைக் தொட்டுக் காட்டி ஒரு மாதிரி மாதவிபோல் சிரித்து ஜோமோவுக்குப் பயமாக இருந்தது. கிளம்பும்போது அவன் சட்டையைப் பிடித்ததில் ஒரு பட்டன் உதிர, வெளியே வந்தபோது வயிற்றில் புளியை கரைத்தது. நேராக ரூமுக்கு வந்து அரிஸ்ஸிடம் சொன்னான். 'எல்லாம் உன்னால் தாண்டா வந்தது! ஐடியா கொடுத்த பாரு, ஐடியா!'

'அந்த ஆளு எப்படி இருக்கான், ஞாபகம் இருக்கா?'

'எவன்?'

'அதாண்டா மாப்பிள்ளை!'

'ஃபாரின் சட்டையெல்லாம் போட்டுக்கிட்டு பளபளன்னு வாசனையா இருந்தான்'

'இதை வெச்சுண்டு கண்டுபிடிக்க முடியாது.'

'சரி, வேற ஏதாவது வழி சொல்லித் தொலையேன்.'

'திட்டாதே, எனக்கு இப்ப தோண்றது ஒண்ணே ஒண்ணுதான். பேசாம சோழா ஓட்டல்போய் பழியாக் கிட. அவர் வந்துதானே ஆகணும், என்ன ரூம்?'

'அதெல்லாம் கேட்டு வெச்சுக்கலை.'

'த பார்றா, ரூம் விசாரிக்காம வந்திருக்கே! நான் என்ன பண்ண முடியும் சொல்லு?'

ஆதலினால் காதல் செய்வீர்

'பேசாம கஸ்தூரிகிட்ட ஒரு வார்த்தை சொல்லிப் போட்டுரலாம்' என்றான் கிட்டா.

'இரு, இன்னும் குழப்பாதே.'

'ஜோமோ, என் பெண்டாட்டி நீலா எதாவது சொன்னாளா?'

'இவன் வேறடா! ஒரு பெண்ணையே முழுசாக் காணம். நீ வேணா இன்னொரு நடை அபிலாஷாவின் வீட்டுக்குப் போய் வந்துரேன்.'

'அய்யோ வேண்டாம்! அபிராமி இருக்கா!'

'அவங்க ஏன் உன்னை விட்டுட்டுப் போயிட்டாங்க?'

'பை எங்கே, பை எங்கேன்னு திருப்பித் திருப்பிக் கேட்டுக் கிட்டே இருந்தான்.'

'பைல இருக்கு சூட்சமம், பையைக் கொண்டா.'

'பைக்கு எங்கடா போறது? கஸ்தூரி எடுத்துக்கிட்டுப் போயிருக்கா.'

'தப்புப்பா! உங்க போலீஸ்காரிகிட்ட சொல்லு, இந்த மாதிரி மத்தவா பையைக் குடைஞ்சு காலி பண்ணி எடுத்துட்டுப் போறது...' ஜோமோ பாதியில் நிறுத்திவிட்டான். கஸ்தூரி வந்ததால்.

'என்ன குரு, என்ன கலாட்டா?' என்றாள்.

'கஸ்தூரி, அந்தப் பை வேணும்.'

'கிளாஸ்ல வெச்சிருக்கேன்.'

'அதில இருந்ததெல்லாம்?'

'உன் அலமாரியில் வெச்சிருக்கேன். சின்ன பாக்கெட், ஒரு பவுடர் டப்பா. பார்த்துக்க. நான் அதெல்லாம் தொடறதில்லை.'

'வேற பைல போட்டுக் கொடுத்துரலாம்'.

'சரி, ஆள் அகப்பட்டாத்தானே?'

'அதான் ப்ராப்ளம், இல்லை? இப்ப கொஞ்சம் வெய்ட் பண்ணலாம். நீ எதுக்கும் ஓட்டல்ல போய் இருப்பா.'

'எனக்கு ஒண்ணுமே புரியலை' என்றான் ஜோமோ. 'என்ன லின்னி?'

'அரிஸ், உங்ககிட்டப் பேசணும்.'

'பேசு.'

'தனியா.'

'சொல்லு, எல்லாரும் ஃப்ரெண்ட்ஸ்தான்.'

'என் பர்த்டே பார்ட்டிக்கு ஏன் வரலை?'

'வேற வேலை இருந்தது. ஹாப்பி பர்த்டே!'

'அரிஸ்! எனக்குப் பதினெட்டு ஆயிருச்சி.'

'சந்தோஷம்!'

'நான் என்னோட வாழ்க்கையைத் தீர்மானிச்சுக்க முடியும். யாரும் என்னைக் கட்டாயப்படுத்த முடியாது. அப்படித்தானே அரிஸ்?'

'ஓ யெஸ், வெரி ட்ரூ! யூ ஆர் ஃப்ரீ நௌ.'

'அம்மா எனக்கு அந்த வீடியோ பையனை நிச்சயதார்த்தம் பண்ணணும்னு பிடிவாதமா இருக்கா அரிஸ். நான் தீர்மானிச்சுட்டேன். ஜோமோ, மாமா, கிட்டா எல்லாம் கேளுங்க. நான் இன்னிலேருந்து சுதந்தரமா இருக்கத் தேவையான சட்டையெல்லாம் கொண்டுவந்துட்டேன். நான் இனிமே இங்கதான் இருக்கப் போறேன்.'

'இங்கதான்னா?'

'மாடி. கீழ போகப்போறதில்லை. இங்கதான் வசிக்கப் போறேன். இங்கதான் கல்யாணம் பண்ணிக்கப்போறேன். அரிஸ், நீங்கதான் எனக்கு ஏத்த புருஷன்! நான் உங்களைத்தான் கல்யாணம் பண்ணிக்கப்போறேன். அரிஸ், என்னை மனப்பூர்வமா ஏத்துப்பீங்களா? நீங்க எப்ப ரெடியோ அப்ப மேரேஜ் வெச்சுக்கலாம். அதுவரைக்கும் உங்களுக்குச் சேவை செய்துகிட்டு இருக்கிறதைப் பெரிய பாக்கியமா நினைக்கிறேன்.'

அரிஸ்ஸின் மூக்கிலிருந்து கண்ணாடி நழுவியது. 'ஏய் ஏய், ஈஸி! என்ன உளறல் இது?'

'உளறல் இல்லை. இது உண்மையான இதயத்தின் ஏக்கம். எமிலி டிக்கின்ஸன் சொன்னாப்பல... நீங்கதானே சொல்லியிருக்கீங்க அரிஸ். உலகத்திலே இருக்கிற எல்லாப் பிரச்னைகளுக்கும் நாமே சொந்தமா சிந்திச்சுத் தீர்வு காணணும்னு. கல்யாணம்கறது வாழ்க்கைப் பிரச்னை இல்லையா?'

'மை காட்! மை காட்! வாட் ஹவ் ஐ டன்!'

'அரிஸ், என்னை ஏத்துக்கங்க அரிஸ்! அதுவரைக்கும் நான் வீட்டுக்குப் போறதில்லை.'

அரிஸ் மூச்சுத் திணறுவதுபோல் காற்றுக்குத் திண்டாடினான்.

கஸ்தூரி இதையெல்லாம் மௌனமாகக் கவனித்துக் கொண் டிருந்தவள், 'இரு ப்ரொபஸர் நான் கவனிக்கிறேன். இந்தா பாப்பா, வாம்மா' என்றாள்.

'நான் சொல்றது கரெக்டா இல்லையா சிஸ்டர்?' என்றாள் லின்னி.

'ரொம்ப கரெக்ட், வாம்மா என்ஜோதே' என்று அவளை அணைத்து அழைத்துக்கொண்டு உள்ளே செல்ல, அரிஸ் இரண்டு கைகளாலும் தலைமயிரைக் கலைத்துக்கொண்டு குனிந்து உட்கார்ந்தான்.

'நான் அப்பவே சொன்னேன். ஈஷாதேன்னு!' என்றான் மாமா.

'நான்கூடச் சொன்னேன், இது டீச்சர் ஸ்டூடண்ட் கேஸ் இல்லை, விபரீதமா மாறிக்கிட்டு இருக்குன்னு' என்றான் கிட்டா.

'இது மட்டும் வீட்டுக்கார அம்மாவுக்குத் தெரிஞ்சுபோச்சு, இந்த இடத்தில கொலை விழும்.'

கஸ்தூரி வெளியே வந்தாள்.

'என்ன ஆச்சு கஸ்தூரி?'

'ம்ஹூம்! கிச்சன்ல போயி உள் பக்கம் தாப்பா போட்டுக்கிட்டா. அரிஸ் கல்யாணம் பண்ணிக்கிறதாச் சொல்றவரைக்கும் கதவைத் திறக்கமாட்டாளாம்.'

'லின்னி! லின்னி! இங்க வந்தாளா?' என்று கேட்டுக்கொண்டு வீட்டுக்கார அம்மா வர, அதே சமயம் ஒரு சிறுவன் வாசல் பக்கம் கதவைப் பின் முட்டியால் தட்டினான்.

'யாரு?'

'மோகனரங்கம்னு யாராவது இருக்காங்களா?'

'இருக்காங்க. ஏன்?'

'யாரோ கார்ல வந்து இந்தச் சீட்டைக் கொடுத்துவிட்டுப் போனாங்க.'

15

ஜோமோ அந்தச் சீட்டை வெளிச்சத்தில் கொண்டு வந்து படித்ததில்...

'என்னை நீங்கள் உயிருடன் மீட்கவேண்டும் என்றால் இவர்கள் சொல்லும் பையுடன் இன்று இரவு எட்டரை மணிக்கு பழவந்தாங்கல் ரயில் நிலையத்துக்குத் தனியாக வரவும். மிக்க அவசரம். அபிலாஷா' என்று தெரிந்தது. 'தனியாக' என்பது அடிக்கோடிட்டிருந்தது.

'அய்யோ' என்றான் ஜோமோ.

'என்னடா பண்றது, அய்யோதான்! சரியானபடி இந்தப் பொண்ணுகிட்ட மாட்டிக்கிட்டு இருக்கேன்' என்றான் அரிஸ்.

'நான் அதைச் சொல்லல அரிஸ். வந்து...' வேண்டாம், தனியாகத்தான் வரச் சொல்லியிருக்கிறாள். இல்லையெனில், அவள் உயிருக்கு ஏதாவது ஆபத்து ஏற்பட்டு...

அரிஸ் வீட்டுக்கார அம்மாவை, 'வாங்கம்மா' என்று வரவேற்றான்.

கஸ்தூரி, 'லின்னி பாத்ரூமில இருக்கா' என்றாள்.

'பாத்ரூம்லயா?'

'பாத்ரூம்ல கதவு தாப்பா பண்ணிக்கொண்டா. கூப்ட்டா ஜவாப் தர்றதில்லை.'

'அய்யோ என்ன ஆச்சு என் லின்னி செல்லத்துக்கு?'

'லவ்வாயிடுச்சு.'

அரிஸ், 'தபாருங்கம்மா, இப்ப உங்க மகளை எதுவும் விசாரிக்காதீங்க. எனக்கு ஒரு நாள் டயம் கொடுங்க. இல்லை, ரெண்டு நாள். ரெண்டு நாளைக்குள்ள அவளைச் சரி பண்ணிர்றேன்.'

'எனக்கு புரியவே இல்லையே ப்ரொபஸர்.'

ஜோமோ, கஸ்தூரியிடம் வந்து பக்கவாட்டில், 'கஸ்தூரி, அந்தப் பை வேணும் எனக்கு.'

'பை? கராத்தே கிளாஸ்ல இருக்கு. சொன்னேன்தானே?'

'அதிலிருந்த டப்பாவெல்லாம் என்னோட அலமாரியில் வெச்சுட்டீங்களா?'

'ஆமாம், யாதுக்கு?'

'இல்லை, எனக்கு இப்ப அவசரமா வேணும்.'

அரிஸ் கதவை நோக்கி, 'லின்னி, லின்னி' என்றான்.

'லின்னிம்மா? லின்னிக்குஞ்சு?'

'லின்னி டார்லிங்?'

'கதவைத் திறம்மா'

கதவின் மறுபுறத்திலிருந்து 'அம்மா வந்திருக்காளா?' என்று கேட்டது.

'ஆமாம்மா, கண்ணு. இதோ வந்திருக்கேன் பாரு. இவ அப்பா இதேதான் செய்வாரு. கோபம் வந்தா பாத்ரூம்லே போய் மணிக்கணக்கா உக்காந்துருவாரு. இப்ப இவளுக்கு என்னவாம்?'

'ஒண்ணுமில்லை! அவ சொல்றதுக்குத் தற்போதைக்குச் சம்மதம் சொல்லுங்க. எதுத்து ஏதும் சொல்லாதீங்க. என்ன?'

'ப்ரொபஸர், அம்மா கல்யாணத்துக்கு ஒப்புக்கிட்டாச்சா?'

'ஆச்சு, லின்னி, நீ வெளியே வா.'

'சொல்லிருங்கம்மா.'

'என்ன சொல்லணும்?'

'நீ என்ன சொன்னாலும் அதுக்கு சம்மதம்னு. அது ஒரு மாதிரிப் பொண்ணு.'

'எனக்குத் தெரியாதா என்ன? லின்னி, லின்னிக் கண்ணு. நீ சொல்றதெல்லாம் சரிம்மா, சம்மதம்மா. வெளியே வந்திரு... அவள் அப்பா ஒரு தடவை வாட்டர் டாங்க் மேலேயே ஏறி உக்காந்துக்கிட்டாரு.'

'இதுவும் வாட்டர் டாங்க்தான்! இப்ப அது வெளியே வந்தா எதுவும் கேக்காதீங்க. ரெண்டு நாள் டயம் கொடுங்க. அதுக்குள்ள இந்த விவகாரத்தை நானே தீர்த்து வைக்கிறேன். இல்லை, எனக்குத் தூக்கம் வராது.'

ஜோமோ அலமாரிக்குப்போய் அந்த டப்பாக்களைச் சேகரித்துக் கொண்டான். 'கஸ்தூரி, மொத்தம் பத்துதானே இருந்தது?'

'கியாபகா இல்லை, அப்படித்தான் இருக்கணும். இப்ப அதெல் லாம் எதுக்கு?'

லின்னி மெதுவாகக் கதவைத் திறந்துகொண்டு வெளியே வந்தாள். 'அம்மாகிட்ட எல்லாம் சொல்லிட்டீங்களா அரிஸ்?'

'சொல்லியாச்சு, இப்ப நேராப்போய் படுத்துக்க. காலைல டிஸ்கஸ் பண்ணலாம்.'

'கல்யாணத்துக்குச் சம்மதம்தானேம்மா?'

'சொல்லுங்கம்மா' என்று கண்ணைக் காட்டினான்.

'சம்மதம் கண்ணு.'

'பை அரிஸ். டாட்டா. டோண்ட் டு எனிதிங் நாட்டி டில் வீ ஆர் மாரீட்' என்று சிரித்துக்கொண்டே சென்றாள்.

அம்மா, 'புரியவே இல்லையே ப்ரொபஸர்' என்றாள்.

'அது வந்தும்மா, லின்னி கணக்கு ப்ரொபஸரை மதுவே பண்ணிக்க பேஜார் பண்ணிக்கிறது' என்றாள் கஸ்தூரி.

'இப்பக் கூடப் புரியலீங்க.'

'கவலைப்படாதீங்க. என் பொறுப்பு. அவளை அந்த வீடியோ பையனைக் கல்யாணம் பண்ணிக்க சம்மதிக்க வைக்கிறது. இப்ப அவளை எதுவும் கேக்காதீங்க.'

'அரிஸ்?' என்று லின்னி மறுபடி எட்டிப் பார்த்தாள். 'உங்க கர்ச்சீப் வேணும், ராத்திரி படுத்துக்கறப்ப, கூட வெச்சுக்க.'

'ஹய்யோ! நான் கர்ச்சீப்பே உபயோகப்படுத்தறதில்லையே. சட்டை நுனிலதானே துடைச்சுப்பேன்.'

'உங்க தலைமுடியாவது வேணும்.'

'நாளைக்கு வேணா டாக்டர்கிட்டக் கொண்டு காட்டிரவா. உடம்பு சரியில்லையா?'

'நீங்க போங்கம்மா. நான் சரிப்படுத்தறேன். இந்தா லின்னி என் துண்டு, வெச்சுக்க.'

'தாங்க் யூ, அரிஸ், குட் நாய்ட்! ஸ்வீட் ட்ரீம்ஸ்! எமிலி டிக்கின்ஸன் என்ன சொன்னா?'

'அய்யோ! பசி வேளையில் வேண்டாம்மா, குட் நைட்!'

அவர்கள் போனதும் அரிஸ் உள்ளங்கையால் நெற்றியில் சத்தமாக அடித்துக்கொண்டு, 'போன ஜன்மத்தில் தொட்டில் குழந்தையைக் கொலை பண்ணியிருக்கணும்! அந்தப் பாவம்தான் என்னை இப்படித் துரத்தறது' என்றான். 'நீ என்னடாப்பா, திருதிருன்னு எங்க கிளம்பிட்டே?'

'ஒண்ணுமில்லை அரிஸ். கொஞ்சம் காரியமா வெளிய போயிட்டு வரணும்.'

'கூட எதுக்கு ஆர்லிக்ஸ் பாட்டில்?'

'ஆர்லிக்ஸ் பாட்டில் இல்லை. டப்பா.'

'இப்ப அதை எடுத்துட்டு எங்கதான் போறே?'

'எங்கயும் இல்லை. சும்மா இப்படி காத்தாட அரிஸ்...'

'இதப் பார்றா, இன்னொரு வாட்டர் டாங்க் கேஸ்!'

'ஜோமோ, நீ என்னவோ முழிக்கிறே, மலச்சிக்கல் வந்த குழந்தை மாதிரி. என்ன விஷயம் சொல்லிடு' என்றான் கிட்டா.

'ஒண்ணுமில்லைடா. ஒரு காரியமா வெளியே போயிட்டிருக்கேன்.'

'ராத்திரி எட்டே காலுக்கா?'

'எட்டே காலாயிடுத்தா. அய்யோ! இதோ வரேன்' என்று விருட்டென்று புறப்பட்டான்.

நண்பர்களிடம் இந்தப் பிரச்னையைச் சொல்வதில் இப்போது அர்த்தமில்லை. அபிலாஷா தெளிவாக, தனியாக வரவும் என்று அடிக்கோடிட்டு எழுதியிருக்கிறாள்.

அந்த டப்பாக்களை மற்றொரு பையில் அடக்கியிருந்தான். தெருவோரத்தில் ஆட்டோ பிடித்து மாம்பலம் ஸ்டேஷனுக்கு விரட்டினான். மணி பார்த்தான். எட்டு இருபது. பத்து நிமிஷத்தில் பழவந்தாங்கல் போகணுமே. அய்யோ, என்ன அல்லல் படுகிறாளோ அபிலாஷா! என்னால் எத்தனை கஷ்டம்! போதும் போதும்! கல்யாணமும் வேண்டாம், காதலும் வேண்டாம். கல்யாணம்! திடுக்கென்றது. அபிராமி! அவள் கைப்பிடித்த இடத்தில் இன்னும்கூட வலி!

மாம்பலத்தில் நல்லவேளை, அப்போதுதான் மின் ரயில் கிளம்பிக் கொண்டிருந்தது. சற்று ஓடிப்போய் தொற்றி ஏறிக்கொண்டான். கூட்டம் அதிகம் இல்லாததால் சன்னலோரத்தில் இடம் கிடைக்க, முதன் முறையாக அந்த டப்பாக்களை ஆராய்ந்தான். பவுடர் டப்பாக்கள், கொஞ்சம் மூடி திறந்து கொஞ்சம் உள்ளங் கையில் தெளித்துக்கொண்டு வாசனை பார்த்தான். பவுடர் வாசனையே இல்லை. வேறு என்னமோ அந்நிய வாசனை வந்தது. என்ன வாசனையாக இருந்தாலும் பாழாகப் போகட்டும். கொடுத்துத் தொலைத்துவிட்டு அபிலாஷாவை மீட்டுக் கொள்ளவேண்டும். அவளைக் கொடுக்காமல் இதைக் கொடுக்கக்கூடாது. இது ஏதோ விதத்தில் அந்த மாப்பிள்ளை மூஞ்சிகளுக்கு முக்கியம்.

ஜோமோவின் மாப்பிள்ளை தேடும் படலமெல்லாம் தற்போதைக்கு ஒத்திவைக்கப்பட்டு அபிலாஷாதான் முதல் கவலையாக இருந்தாள்.

பழவந்தாங்கல் வட்டாரத்திலேயே பல்பு பஞ்சம் போலும். எரிந்துகொண்டிருந்த ஒரு பல்புகூட அவ்வப்போது பிராணன் போவதுபோல் துடித்துக்கொண்டிருந்தது. டிரெயின் விலகியதும் ஜோமோ தனியாக நின்றுகொண்டிருந்தான். யாராவது வந்தாகவேண்டும். யாரும் தென்படவில்லை. பான் பீடாக்கடை லீஸ் எடுத்தவர்கூட வியாபாரத்தை முடித்துவிட்டு பலகைகளை அடுக்கிக்கொண்டிருந்தார். ஜோமோவுடன் இறங்கினவர்கள் அத்தனை பேரும் இருப்புப் பாதையை குறுக்கே கடந்து மறைந்துவிட்டார்கள். எதிரே விமான நிலையத்துப் பச்சை வெள்ளை வெளிச்சம் சுற்றிக்கொண்டிருந்தது. ஜோமோ பிளாட்பாரத்தில் மேலும் கீழுமாக அலைந்தான்.

யார் வந்து எப்படி என்னைச் சந்திக்கப் போகிறார்கள்? எதற்காக யாருக்காக, பையை வைத்துக்கொண்டு காத்திருக்கிறேன் என்று எண்ணிக்கொண்டிருக்கிறபோதே எதிர்த்திசையிலிருந்து வந்த மற்றொரு வண்டியிலிருந்து சிற்சிலர் உதிர்ந்து தத்தமது பைகளுடன் கவலைகளுடனும் நடந்தார்கள்.

ஜோமோ தொலைவில் இருவர் வருவதைப் பார்த்தான். ஒரு பெண்ணும் ஆணும். அவனுள் உற்சாகம் புறப்பட்டது. வந்து விட்டாள். அவர்களை நோக்கி அவன் நடக்கத் தொடங்க அந்தப் பெண் மெதுவாக நடந்து வர, மற்றவன் தன் நடையைத் துரிதப்படுத்தி ஜோமோவை நோக்கி விரைந்தான். இருட்டாக இருந்தாலும் ஜோமோவால் அவனை பீரங்கி மூக்கன் என்று அடையாளம் கண்டுகொள்ள முடிந்தது.

'பை கொணர்ந்திருக்கியா?'

'கொண்டாந்திருக்கேன். அபிலாஷா எங்கே?'

'அதோ வரா பாரு. அழைச்சிக்கிட்டுப் போ. பையைக் கொடு. சீக்கிரம் ரயில் பொறப்படப் போவுதில்லை?'

சற்று தூரத்தில் அபிலாஷா மெல்ல அவனை நோக்கி வந்து கொண்டிருந்தாள்.

'இந்தாய்யா பாழாப் போற பையி!' என்று அதை அவன்பால் விட்டெறிய, அவன் ஓடும் ரயிலில் தொற்றிக்கொண்டான்.

ஜோமோ, அபிலாஷாவை நோக்கி விரைவாக நடந்தான்.

'அபி! அபி! என்னை மன்னிச்சுருங்க. உங்களுக்கு எத்தனைக் கஷ்டம்! ஸாரி ஸாரி...'

'யோவ்! யாருய்யா நீ! தனியாப் போற பொம்பளைகிட்ட வம்பு பண்ணிக்கிட்டு' என்று அந்தப் பெண் அதட்டினபோதுதான் அது அபிலாஷா இல்லை என்பது தெரிந்தது.

16

பழவந்தாங்கல் ரயில் நிலையத்தில் அபிலாஷாவும் கிடைக்காமல், பையையும் கோட்டை விட்டு விட்டு நின்றுகொண்டிருந்த ஜோமோவுக்கு உடம்பில் ஸ்திரமாக நடுக்கம் ஏற்பட்டுவிட்டது.

அந்தப் பெண் அபாயத்தில் இருக்கிறாள். அந்த துஷ்டர்களுக்கு அந்தப் பைதான் முக்கியம். கல்யாண விளம்பரம் எல்லாம் ஒரு செட்டப்தான் என்பது இப்போது ஜோமோவின் எளிய சிந்தனைக்குக்கூடத் தெளிவாயிற்று. அபிலாஷாவை எங்கிருந்து எப்படி விடுவிப்பது? அவளை மீட்காமல் அடுத்தவேளை சோறு கூடாது. அவளை என்னவெல்லாம் சித்ரவதை செய்கிறார்களோ! வாயில் என்ன கர்ச்சீப்புகள் கட்டியிருக்கிறார்களோ? அந்த பீரங்கி மூக்கன்... வேண்டாம், அதைப் பற்றி நினைக்கவேண்டாம்...

கஸ்தூரியின் உதவியை நாடலாம் என்றால் மொழிப் பிரச்னை. அரிஸ், தானே ஒரு சிக்கலில் மாட்டிக் கொண்டு பிஸியாக இருக்கிறான். மாமா, பெண் டாட்டி கோபித்துக்கொண்டதில் அவளைச் சமாதானப்படுத்தி அழைத்து வருவதே குறிக்கோளாக இருக்கிறான். கிட்டா, கஸ்தூரியிடம் சொல்லிவிடுவான். வேண்டாம். முதலில் தனியாக அந்தச் சாலிகிராமம் வீட்டுக்குப் போய்ப் பார்க்கலாம்.

அங்கேதான் அபிலாஷாவை அடைத்து வைத்திருப்பார்கள்.

அந்த வீட்டை இரவில் தேடுவது கஷ்டமாக இருந்தது. பேட்டையே வேறு விதமாக இருந்தது. சிறு சந்தேகாஸ்தபமான வளையல் சப்தங்களும் விவஸ்தையில்லாத பெண் சிரிப்புகளும் கேட்டன. அரை மணிநேரம் தேடியதில் அந்த பால் பூத்தைப் பார்த்த ஞாபகமாக இருந்தது. ஆம். இந்தத் தெருதான். இந்த வீடுதான். இந்த பட்டன்தான் ஷாக் அடிக்கும் என்று பையிலிருந்த பென்சிலால் அழுத்தினான்.

சற்றுநேரம்.

மறுபடி.

ம்ஹூம். அப்போதுதான் புரிந்தது. வீட்டில் யாரும் இல்லை. உள்ளே உன்னிப்பாகக் கேட்டான். முனகுகிற சப்தம் ஏதும் கேட்கவில்லை. வீட்டைச் சுற்றி வந்தான். இருட்டு. போலீஸை நாடலாமா என்று யோசித்துக்கொண்டிருக்கையில் வீட்டு வாசலில் கார் வந்து நின்று உறுமியது. ஜோமோ சரேல் என்று ஒரு பூஞ்செடிக்குப் பின்னால் ஒளிந்துகொண்டான்.

கதவு திறக்கப்பட்டு, உடனே உள்ளே விளக்கு எரிந்தது.

ஜோமோ இருந்த இடத்திலிருந்து உள்ளே கூடம் தெரிந்தது. அவர்களை அடையாளம் தெரிந்தது. 'மாப்பிள்ளை'யும் பீரங்கி மூக்கனும் மேசைமேல் ஜோமோ கொடுத்த கைப்பையைத் திறந்து அதிலுள்ள டப்பிகளை நிதானமாக எண்ணினார்கள்

'பையை மாத்திட்டான். எதாவது தகறார் பண்ணானா?'

'இல்லைங்க. கொடுத்துட்டான்.'

'பொண்ணு எங்கன்னு கேக்கலே?'

'கேட்டான், ஏதோ ஒரு பாஸஞ்சரைக் காட்டி விட்டுட்டேன்.'

'சபாஷ்! என்ன ஒரு டப்பி குறையுது?'

'என்னது? சரியாப் பாருங்க.'

'எனக்கு எண்ணத் தெரியாதுங்கறியா? பதினொண்ணுக்குப் பத்து தாம்பா இருக்குது. ஒண்ணு எடுத்து வெச்சுக்கிட்டிருக்கான் கில்லாடி!'

'அடப்பாவி!'

'எண்ணி வாங்கிட்டு இருக்கலாமில்லை?'

'அதுக்கெல்லாம் எங்க டயம்? இப்ப என்ன செய்றது?'

'என்ன செய்யறதாவது? நாளைக்குத் திரும்பிப்போயி கொணாந்துரு. எம்டன்! அவன் யாவாரியா, உளவாளியான்னு சந்தேகம் வருது.'

'எனக்கென்னவோ அவன் நிசமாவே கல்யாணம் வெசாரிக்க வந்தவன்னுதான் தோணுது.. படக்குன்னு ரசீதைத் தூக்கிக் கொடுத்துட்டீங்க.'

'போலீஸ் வந்தாச்சில்ல. அதனால ஒரு ஐடியா பண்ணேன். கணக்கா ஏர்போர்ட்டுக்குப் போயி வாங்கி வந்தானா இல்லையா சரக்கை? இப்ப என்ன போச்சு? ஒரு டப்பிதானே?'

'அ! ஒரு டப்பி என்ன விலை?'

'எங்க போயிரும்? கொடுக்கலைன்னா பிசிஞ்சிரலாம்.'

ஜோமோவுக்கு இப்போதே பிசைவதைப்போல வலித்தது. அபியை எங்கே வைத்திருக்கிறார்கள்? 'நீ என்ன பண்றே. இதையெல்லாம் எடுத்துக்கிட்டுப் போயி நேர சர்க்கஸ் போயிரு! பரதங்கிட்ட முதல்ல வெச்சிரணும். இதை இங்க வெக்கக் கூடாது. தொப்பிங்க சந்தேகத்தில அலைஞ்சுகிட்டே இருக் காங்க. இங்க ஏதும் வெக்கக்கூடாது. பரதங்கிட்டதான் பத்திரம். நாளைக்கு மறக்காம அந்த டப்பாவையும் வாங்கி வந்துரு.'

'பொண்ணு இல்லாம கொடுக்கமாட்டானே!'

'சமாளியேன், இல்லை சர்க்கஸ் வந்துரச் சொல்லு. அங்க ஹாண்ட் ஓவர் பண்ணிக்கலாம். பொண்ணை வெச்சுக்கிட்டு நாம என்ன செய்யப்போறோம்? ஏதோ உத்தரவாதம்தான்! டப்பா வந்தாச் சரி. காலைல யாவாரத்தை முடிச்சுட்டு துபாய் கிளம்ப ணுமில்லை?'

அவர்கள் விளக்கணைத்து வண்டியில் ஏறிக்கொண்டு செல்ல, ஜோமோ மலைப்பாக நின்றான். இதை இனி தனியாகச் சமாளிக்க முடியாது. என்னவோ சர்க்கஸ் என்கிறான், யாவாரம் என்கிறான்.

இது நண்பர்களிடம் தீரக் கலந்து ஆலோசித்துச் செயல்பட வேண்டிய காரியம்.

'தபாரு எல்லாத்தையும் குறிச்சு வெச்சுக்க. காலைல பார்த்துக்கலாம். இப்ப ரொம்பக் குழப்பமா இருக்கேன். இந்த லின்னி விவகாரத்தை எப்படித் தீர்த்துவெக்கறதுன்னு கடுப்பா இருக்குது.'

'கிட்டா! ஒரு டப்பா குறையதுன்னான். அவன் அதுக்காகக் காலைல வரப்போறான். அந்த டப்பா எங்கடா?'

'கஸ்தூரிதான் எடுத்தா... கேட்டுப் பாரேன்?'

'கஸ்தூரியைக் கேக்கறதில டேஞ்சர் இருக்கே?'

கஸ்தூரி அடுத்த அறையிலிருந்து உள்ளே வந்து, 'நான் யல்லாத்தையும் கேட்டுட்டேன். ஜோமோ, நீங்க ரொம்ப மோசா. எங்கிட்ட ஒரு மாத்து சொல்லியிருக்கக் கூடாது?'

'இல்ல கஸ்தூரி, நீங்க பிஸியா இருப்பீங்கன்னு...'

'இருக்கட்டும். நான் போலீஸ் இருக்கனில்ல. உங்களுக்கெல்லாம் வத்தாசை செய்யமாட்டேனா?'

'அந்தப் பையிலிருந்து நீங்க ஒரு டப்பா எடுத்தீங்களா?'

'ஆவது எதுக்கும் இருக்கட்டுமேன்னு சொல்லிட்டு உங்களுக்கு கிஃப்டுன்னு யோசிச்சேன். இது ஒண்ணும் எனக்கு அப்யாசம் இல்லை. பேஜார் பண்ணாதீங்க.'

'அதுக்காக காலைல வரப் போறாங்க.'

'வரட்டும், அந்தாள்கு நான் கராத்தே அப்யாசம் பண்றதைச் சொல்லவேண்டாம்?'

சம்பந்தப்பட்ட டப்பாவை எடுத்த கஸ்தூரி, அதைத் திறந்து உதிர்த்து முகர்ந்து பார்த்தாள்.

'இதென்ன பாசனே ஒந்து தரா இருக்கே! இது பவுடர் இல்லை.'

'ஏதோ ஒண்ணு, திருப்பிக் கொடுத்துரலாம்.'

'இல்லை, இதை வந்து நான் லாபுக்கு அனுப்பறேன். விசேஷம் எதாவது உண்டான்னுட்டு கண்டுபிடிப்பாங்க. ஜோமு, கவலைப்

படாதீங்க. அவங்க இங்க வரதுக்குள்ள நாம அங்க சர்க்கஸ் போயிரலாம்.'

'எந்த சர்க்கஸ்ரா?'

'இருக்கிறது ஒரு சர்க்கஸ்தான். கண்ணப்பர் திடல்ல நடக்கிறது.'

'ஜோமோ, கவலைப்படாதீங்க. நித்திரை பண்ணுங்க பௌகே பார்த்துக்கலாம்.'

கவலைப்படாமல் இருக்கமுடியவில்லை. கஸ்தூரியை அழைத்துச் செல்வதில் என்ன என்ன புதிய சிக்கல்களோ? சர்க்கஸில் பரதன் என்கிற நபரைப் பார்க்கவேண்டும்.

அருகில் படுத்திருந்த அரிஸ் இருட்டில், 'ஜோமோ!' என்றான்.

'என்ன?'

'என்னடா பண்ணுவேன் லின்னியை?'

'எதாவது பண்ணு. நான் அதைவிடப் பெரிசான சமாசாரத்துக்கு விழிச்சிட்டு இருக்கேன்.'

மாமா உள்ளே நழுவி வந்து, ஜோமோ, 'நீலாவுக்கு என் கைப்பட எழுதித் தரணுமாம். நீலா என்னைப் பார்க்க மாட்டேன் னுட்டாடா. நீ பார்த்தியோ?' என்றான்.

காலையில் சர்க்கஸுக்குக் கிளம்பும்போது கிட்டா கஸ்தூரிக்குத் துணையாக தானும் வருகிறேன் என்றான். 'எனக்கு இருப்புக் கொள்ளாதுப்பா. இவளைத் தனியா விட்டுட்டு எங்கயாவது துப்பாக்கிப் பிரயோகம் நடத்துன்னா...'

'அரிஸ், நாம வீட்டில் உக்காந்துட்டிருந்தா பைத்தியம் பிடிச் சுரும். வா, நாம ரெண்டு பேரும் கூடவே போய்ட்டு வந்துரலாம்' என்றான் மாமா.

'குட் மார்னிங் அரிஸ்' என்றாள் லின்னி. புதுசாக, பூப்பூவாக புடைவை உடுத்தியிருந்தாள். ஸ்கூல் நாடகம் போல இருந்தாள்.

'எங்க போற அரிஸ்?'

'அய்யோ, வந்துட்டதுடா. சர்க்கஸ் போறோம் லின்னி.'

ஆதலினால் காதல் செய்வீர் | 103

‘உங்க ஆசை லின்னியை விட்டுட்டா? அப்படியே உங்களைக் கட்டிப் பிடிச்சுட்டு விடமாட்டேன்.’

‘வேண்டாம், வேண்டாம். வாம்மா. கூட வா. நீயில்லாமலா?’

எனவே ஜோமோ, கஸ்தூரி, மாமா, கிட்டா, அரிஸ், லின்னி யாவரும் காலை வேளையில் சர்க்கஸ் நோக்கிக் கிளம்பினார்கள்.

‘இப்ப அங்க ஷோகூட இருக்காது. புலியெல்லாம் தூங்கிட் டிருக்கும்’ என்றான் மாமா.

‘யார் சொன்னது? இன்னிக்கு மார்னிங் ஷோ உண்டு!’ என்றாள் லின்னி.

‘நாசமாப் போச்சு, இப்ப அந்தக் கூட்டத்தில் எப்படித் தேடறது?’

‘என்ன தேடப்போறீங்க அரிஸ்?’

‘ஒரு பொண்ணை.’

டிக்கெட் வாங்கிக்கொண்டு அவர்கள் உள்ளே சென்ற போதுதான் யானை ஸ்டூல்மேல் உட்கார்ந்துகொண்டு சலாம் போட, சில நூறு பேர் சோகையாகக் கைதட்ட, யானை இறங்கி னதும் சூடாக லத்தி போட்டதை பெரிய பக்கெட் வைத்து சிரித்துக்கொண்டே அள்ளிச் சென்றார்கள். கட்பாடி அணிந்து ஜிகினா வைத்த மலையாளப் பெண் உடம்பை ரப்பராக வளைத்தாள்.

‘இந்த இடத்தில் எப்படி அபிலாஷாவைத் தேடுவேன்?’

‘தாளிதாளி’ (இருஇரு) என்றாள் கஸ்தூரி.

ஜோமோவுக்குப் பரதன் என்கிற பெயர் சட்டென்று ஞாபகம் வந்தது. அவர்கள் கரடி சைக்கிள் பார்த்துக்கொண்டிருந்த வேளையில் மெல்ல நழுவினான். அவனை எது செலுத்தியது என்று தெரியவில்லை.

சர்க்கஸ் வாசலில் நின்றுகொண்டிருந்தவனிடம் ‘என்னைப் பரதன் கிட்ட கூட்டிட்டுப் போங்க’ என்றான்.

அவன் ஜோமோவை நிதானமாகப் பார்த்துவிட்டு ‘நீங்க யாரு?’ என்றான்.

'சாலிகிராமம்' என்று சொல்லிப் பார்த்தான்.

'ஓ, அப்படியா? வாங்க வாங்க.'

கொஞ்ச தூரம் நடந்து கூடாரத்துக்கு வெளியே சில திரைகளையும் ஒட்டகங்களையும் கடந்து அந்த ஆசாமி பரதன், என்று எழுதியிருந்த ஒரு கம்பிக் கூண்டைத் திறந்து, 'போங்க' என்றான்.

ஜோமோ உள்ளே நுழைய முதலில் அவன் பரதனைக் கவனிக்கவில்லை

பரதன் என்கிற சிங்கம் ஓரத்தில் சோம்பேறித்தனமாக, பெரிசாக, கொட்டாவி விட்டுக்கொண்டிருந்தது. ஜோமோவைப் பார்த்ததும் எழுந்தது.

17

பரதன் என்கிறது சிங்கத்தின் பெயர் என்று சர்க்கஸ் ஆசாமி சொல்லியிருந்தால் ஜோமோ கூண்டில் நுழைந்திருக்க மாட்டான். இப்போது சிங்கம் ஜோமோவையும், ஜோமோ சிங்கத்தையும் காதலில் லாமல் பார்த்துக்கொண்டிருக்க, முன்னது பின்ன வனை உண்ணலாமா என்று யோசிப்பதுபோல் ஜோமோவுக்குத் தோன்றியது. தப்பு. சிங்கம் கிழட்டுச் சிங்கம். அதற்குப் பழங்காலத்து கிர் காட்டு ஞாபகங்கள் சர்க்கஸ்ஸில் வந்து சீரழிந்து முக்காலி யில் உட்கார்ந்துகொண்டு அவ்வப்போது ரிங்மாஸ் டரின் குச்சியைக் கையால் அகற்றி அகற்றி லேசாக உறுமுவதோடு அன்றைய மாமிசம் கிடைக்கப் பெறும் சோம்பேறி நிலையில் இருந்ததால் ஜோமோவைப் பார்த்து டேபிள் நகர்த்துவதுபோல லேசாக உறுமியதுடன் வாளாவிருந்துவிட்டது. ஜோமோதான் நடுங்கிக் கொண்டிருந்தான். கூடாரத்தில் ஆரவாரம் கேட்க, எதிரே உருவம் வருவது தெரிந்தது. ஜோமோ மெல்ல சைடு வாங்கி, கூண்டிக்குள்ளிருந்து நைஸாக நழுவ யத்தனித்த போது அவ்வுருவம் அருகே வந்துவிட, பீரங்கி மூக்கன் என்று தெரிந்து போயிற்று.

'இங்கேயே வந்துட்டியா நீயி? மன்னா! மன்னா!' என்று பின்பக்கம் விசிலடித்து அழைத்தான். 'டப்பா கொண்டாந்தியா?'

'இல்லைங்க. அந்தப் பொண்ணு எங்க? தயவு செஞ்சு அவளை விடுதலை பண்ணிருங்க. அவளுக்கு இதில் சம்பந்தமே இல்லைங்க.'

இதனிடையில் 'மன்னா-தி-மாப்பிள்ளை' வாசனை தவறாமல் வந்து 'என்ன மூக்கு?' என்றான்.

'வாத்தியார், பொண்ணைத் தேடிக்கிட்டு கூண்டுக்குள்ளேயே வந்துட்டாரு. அப்ப விஷயம் தெரிஞ்சு போச்சு. பிளாச்சு கீச்சு விலக்கிக்கிட்டு இருந்தாரா?' என்று ஜோமோவை விலகாமல் பார்த்துக்கொண்டே கேட்டான்.

'அதான் தெரியலியே? இப்ப இவரை என்ன செய்யலாம்? டப்பா கொண்டாரலையா?'

கூண்டை விட்டு வெளியே குதித்த ஜோமோவின் காலர் கழுத்தைக் கொத்தாகப் பிடித்து, 'ஏய் உனக்கு என்னா வயசு?' என்றான்.

'ஏங்க?'

'கொஞ்ச காலம் உயிர் வாழ ஆசைதானே?'

'நிச்சயம்!'

'அப்ப மரியாதையா டப்பாவைக் கொண்டு கொடுத்துரு.'

'மிஸ்டர் மூக்கு! ஸாரி. உங்க வேற பேர் தெரியலை. நீங்க என்ன பேசிக்கிறீங்கன்னே புரியலை.'

'என்ன பிரதர்? புரிய வைக்கலாமா இவருக்கு? பரதன்கிட்ட தேட வந்தியா? உனக்கு எல்லாம் தெரியுமா? பார்த்துரலாம்!' ஜோமோவைச் சற்றும் எதிர்பாராதபடி தாடையில் அடித்தான். ஜோமோவின் வாய்க்குள் புளிப்பு மிட்டாய் டேஸ்ட்டுடன் ரத்தம்.

'உனக்கு எல்லாம் தெரியுமில்லையா? பேப்பர்ல விளம்பரம் போட்ட விலாசம் விசாரிச்சுக்கிட்டு வருவே. ஏர்போட்டு மால் ஒரு டப்பி திருடி வெச்சிருப்பே. எனக்குக் கணக்கு தெரியாதா? எண்ண வராதா?'

'அய்யோ, நீங்க சொல்றதே புரியலீங்க.'

'பொண்ணு வேணாம்னா, டப்பா வேணாம். புரியுதா?'

'புரியற மாதிரி இருக்குங்க.'

'கூண்டாண்டை என்ன செஞ்சிக்கிட்டு இருந்தே? சொல்லிரு. எல்லாத்தையும் அபேஸ் பண்ண பிளானா?'

'சேச்சே, அதெல்லாம் இல்லைங்க. சத்தியமா சொல்றேன். நீங்க கொடுத்த விளம்பரத்தை விசாரிச்சுக்கிட்டு வந்தங்க. நான் கல்யாணம் பேசத்தான் வந்தங்க. வேற ஒண்ணும் எனக்குத் தெரியாது. சத்தியமா எங்க அப்பா அம்மாமேல ஆணையா அதாங்க நிஜம்.'

'பாத்துரலாம். பாத்துரலாம். இப்ப கைவசம் டப்பா எதுக்குக் கொண்டுவரலை. சொல்லு! வித்துட்டியா? எவ்வளவுக்கு வித்த?'

'இல்லைங்க வீட்லதான் இருக்கு. கஸ்தூரி அம்மாகிட்ட இருக் குதுங்க'

'அது யாரு கஸ்தூரி அம்மா?'

ஜோமோ திருவள்ளுவர் சொன்னதுபோல் நா காத்திருக்க வேண்டும். காவாமல், 'பெங்களூர் போலீஸ்ல ஆபீஸருங்க' என்றான்.

மன்னா உடனே உஷாராகி, 'மூக்கு! விஷயம் தீவிரமாயிருச்சு, அய்யாவைக் கூட்டிப்போய் பூட்டிரு. ஆர்பர் பார்ட்டி வர்ற வரைக்கும் மால் இங்கேயே இருக்கட்டும்!'

மூக்கு அவனருகில் வந்து, 'அந்தப் பொண்ணைப் பார்க்க ஆசையா?'

'ஆமாங்க, பாவங்க! அறியாப் பொண்ணு.'

'அப்ப என்கூட வா' என்று அவனை புஜத்தில் பிடித்து அழைத்துச் செல்ல, ஜோமோ ஒரு முறை, மன்னாவைப் பரிதாபமாகப் பார்த்தான்.

'அவங் கூடப் போ! காட்டுவான்.'

ஜோமோ நிச்சயமில்லாமல் கூடாரத்தைச் சுற்றி அவனுடன் நடந்தான். அவன் பிடி தளரவே இல்லை. மாறாக அவ்வப்போது இறுக்கமாகியது. 'என்ன பேர் சொன்ன?'

'அபிலாஷா.'

மூக்கு சட்டென்று பைக்குள்ளிருந்து எதையோ எடுத்து அவன் கையை முறுக்கிப் பக்கமாகக் கட்டினான். 'ஆ காட்டு' என்றான்.

ஜோமோ விசுவாசமாக 'ஆ' சொல்ல, கப்பென்று சுமார் அரைக் கிலோ பஞ்சை அடைத்து ஸ்காட்ச் டேப் போன்ற சமாசாரத்தால் சீல் பண்ணி, ஓர் உந்து உந்த, ஒரு கதவு திறந்தது. தோள் பட்டையில் நெட்டித் தள்ளப்பட்டு தொப்பென்று வைக்கோல் போர் போன்ற எதிலேயோ விழுந்தான்.

ஜோமோ, அபிலாஷா இங்கேதான் எங்கோ அடைத்திருக்கிறாள் என்று எண்ணி, இருட்டு பழகினதும், 'அபிலாஷா!' என்று கூப்பிட்டுப் பார்த்தான். வாயில் பஞ்சடைத்திருந்ததால் 'கூகூகூம்' என்றுதான் ஹீனஸ்வரமாக வெளிப்பட்டது. சுற்றிலும் பெயர் தெரியாத சர்க்கஸ் மிருகத்தின் சிறுநீர் நாற்றம் அடித்தது. படு இருட்டு, ஜோமோவுக்கு அழுகை வந்தது. தன் நண்பர்கள் சர்க்கஸ் பார்த்து ரசித்துக்கொண்டிருப்பார்கள். இப்போதைக்கு இவன் மிஸ்ஸிங் என்று கவனிக்கமாட்டார்கள். கவனித்தாலும் இங்கே இருக்கிறேன் என்று எப்படிக் கண்டுபிடிக்கமுடியும்? இந்தப் பக்கம் யாராவது நடந்து போனால் மூடிய வாய் மூலம் சப்தமிட்டால், ஏதோ ஓர் அடைப்பட்ட மிருகம் சப்தமிடுகிறது; சர்க்கஸில் இதெல்லாம் சகஜம் என்று அவரவர் தம் வழியே போய்விடுவார்கள். அய்யோ, மாட்டிக்கொண்டேன். யாரும் காப்பாற்றப் போவதில்லை. இங்கேயே நான் க்ளோஸ். அபி லாஷாவையும் இப்படித்தான் அவர்கள் அடைத்து வைத்திருக்க வேண்டும். ஒரு வேளை இதே கூண்டில் அவள் தென்படலாம்.

சர்க்கஸின் ஸர்ச் லைட் வானத்தை வருட, ஒரு கணம் அந்தச் சிறிய இடத்தின் சன்னல் வழியாகச் சிறிது வெளிச்சம் கிட்டியது. அந்த இடம் ஏதோ ஒரு வண்டி போல இருந்தது. ஜோமோ ஊர்ந்து நகர்கையில் அதுவும் ஆடியது. கொஞ்ச நேரம் மூச்சைப் பிடித்துக்கொண்டு மிக மௌனமாக உற்றுக் கவனித்தான். வேறு ஏதாவது மூச்சு கேட்கிறதா என்று. ம்ஹூம். இல்லை. அபி லாஷாவை அவர்கள் வேறு இடத்தில் அடைத்து வைத்தி ருக்கவேண்டும். ஜோமோவுக்கு வேறு வழி ஏதும் தெரியாமல் கதவை மண்டையால் முட்டிப் பார்க்கலாம் என்று கதவு இருப்பதாக நினைத்துக்கொண்டிருந்த திசை நோக்கி ஊர்ந்தான்.

அந்த வண்டியின் அடிப்பகுதி பலகைகளால் ஆனது போலும். அங்கங்கே சிராய்த்து ஜோமோ ஓரிடத்துக்கு வந்ததும் தொபால்

என்று விழுந்தான். சுதாரித்துக்கொண்டு பார்த்ததில், தான் மண்ணில் விழுந்திருப்பதை உணர்ந்தான். சுமார் மூன்றடியாவது பள்ளத்தில் விழுந்திருக்கலாம் என்று தோன்றியது. கண்ணை அகல விரித்துப் பார்த்ததில் அது பள்ளம் இல்லை. வண்டியின் அடிப்பாகத்தில் இருந்த இடைவெளி என்பதும், சுற்றிலும் கால்கள் நடமாடுவதும் தெரிந்தது.

ஜோமோவால் தன் நிலைமையை நம்ப முடியவில்லை. திடீர் என்று அவன் கனத்தாலோ என்னவோ அந்த வண்டியின் அடிப் பாகம் கழன்று தரையில் விழுந்துவிட்டான். விடுதலை பெற்று விட்டான்.

சற்றே ஊர்ந்து வெளியே வந்தபோது சர்க்கஸ் இன்னும் நடந்து கொண்டிருப்பது தெரிந்தது. எழுந்தான். நடக்க முடிந்தது. இருட்டில் கொஞ்சம் கொஞ்சம்தான் நடமாட்டம் இருந்தது. கையைத் தளர்த்தி விடுதலை பண்ணிக்கொண்டு வாயில் டேப்பை நீக்கிப் பஞ்சைக் கக் கக் என்று துப்பிவிட்டு மறுபடி சர்க்கஸ் வாசலுக்குப் போக விருப்பமின்றி வேலி உடைப்பில் தலைகுனிந்து வெளியே வந்து மைதானத்தைக் கடந்து மெயின் ரோடுக்கு வந்துவிட்டான்.

வீட்டில் காயங்களுக்கு மருந்து போட்டுக்கொண்டிருக்கும் போது அவர்கள் யாவரும் சர்க்கஸிலிருந்து திரும்பி வந்தனர். லின்னி, அரிஸ்ஸின் தோளில் கொக்கி போட்டுக்கொண்டே வர கஸ்தூரி, கிட்டா கையைப் பிடித்துக்கொண்டு வர, மாமா பாப்கார்ன் பாக்கி வைத்திருந்ததைக் கொறித்துக்கொண்டே, 'அட, நீ வந்துட்டியா! மிஸ்ஸிங்கின்னு கஸ்தூரி ரிப்போர்ட் கொடுக்க இருந்தா. சர்க்கஸ் பார்க்கலையா?'

'கேக்காதே! பெரிய அட்வெஞ்ச்சர், கஸ்தூரி, உங்க உதவி எனக்கு வேணும்.'

'சொல்லு குரு.'

'அந்த சர்க்கஸ்ல ஏதோ திரிசமம் நடக்குது. அபிலாஷாவை அங்கதான் எங்கயோ அடைச்சு வெச்சிருக்காங்க. போலீஸ் படையோட நாளைக்குப் போயி பிடிச்சிக்கிட்டு வர ஏற்பாடு பண்ணணும்.'

'ஓ ஆச்சு! உனக்கு என்ன ஆச்சு சொல்லு!'

ஜோமோ விவரமாகச் சொன்னான். அரிஸ் அதை உன்னிப்பாகக் கவனித்துக்கொண்டிருக்க, லின்னி அரிஸ் கவனிப்பதையே கவனித்துக்கொண்டு, தரிசனம் பெற்ற பக்தன்போல் முகத்தில் புளகாங்கிதம் பொங்க அவன் தோள் மேல் கைகோத்துக் கொள்ள, அரிஸ் அடிக்கடி அந்தக் கையை விலக்க, மறுபடி கோத்துக்கொண்டு இம்சை செய்தாள்.

கஸ்தூரி, 'குரு, அங்க என்னவோ கட்பட் நடக்குது' என்றாள்.

'அப்படித்தான் தோணுதுங்க. அவங்க என்னைக் கேட்ட கேள்வி எல்லாமே ஒரு மாதிரி இருந்தது.'

'என்ன என்ன கேட்டாங்க, சொல்லு'

'டப்பா டப்பான்னு விட்டுப்போன டப்பாவைக் கேட்டுக்கிட்டே இருந்தான். அப்றம், 'விஷயம் தெரிஞ்சு போச்சா?', 'பிளாச்சு விலக்கிட்டு இருந்தானா?' இப்படி ஏதோ கேட்டுக்கிட்டே இருந்தான்.'

'பிளாச்சுன்னா என்ன மாமா?'

'பலகை.'

'பலகைன்னா?'

'பிளாச்சு' என்றான் பிரகாசமாக.

'பிளாங்க்' என்றான் அரிஸ்.

'எங்க அரிஸ் என்ன இன்டெலிஜெண்ட்?' என்றாள் லின்னி.

'இல்லை கண்ணா ஆ?' என்றாள் தொடர்ந்து.

அரிஸ் கோபத்துடன், 'தபாரு லின்னி! இப்ப வீட்டுக்குப் போகப் போறியா இல்லையா?'

'கல்யாணம் ஆனப்புறம்' என்று அவன் கன்னத்தை, தலைமயிரை இன்னம் கலைத்தாள்.

'அய்யோ, இரு! என்னடாது, கம்பளிப்பூச்சி! இரு, இரு உன்னை... உன்னை...'

கஸ்தூரி, ‘இது ஏதோ ஸ்மக்ளிங்க் மால் மாதிரி தெரியுது குரு. அந்த அட்வர்டிஸ்மெண்ட்டெல்லாம் தள்ளு! பொய்யி! பிளாச்! பிளாச்! அரிஸ், நீ என்ன சொல்றே? ஏன் பிளாச்சு?’

‘ஏண்டா, சிங்கக் கூண்டுக்குள்ள நிசமாகவே போனியா?’

‘ஆமா, அரிஸ்! அபிலாஷாவைக் காப்பாத்தறது ஒரே நோக்கமா... கடிக்கலை. ஆனா...’

லின்னி, ‘அரிஸ் நீங்க எனக்காக சிங்கத்தோட சண்டை போடு வீங்களா?’ என்றாள்.

‘பிளாச்! பிளாச்! அர்த்தம் ஆவுறதில்லை. அதுல இருக்கு க்ளு! அவங்களை சரக்கோட பிடிக்கணும்.’

அப்போது வாசலில் யாரோ வரும் சப்தம் கேட்க, ஜோமோ போய் பார்த்து கவனித்ததில்-

போலீஸ்!

18

சீருடையில் இல்லாவிட்டாலும் போலீஸ் என்று சொல்லியிருக்க முடியும். ஸ்டாலின் மீசையும் வெட்டப்பட்ட கிராப்புமாக உக்கிரமாக இருந்த அதிகாரி, 'இங்க கஸ்தூரின்னுட்டு?'

கஸ்தூரி உற்சாகத்துடன் முன் வந்தாள். 'வாங்க, வாங்க. நான்தான் அது. துரைவேலன் அனுப்பிச்சாரா?'

'மேடம், நீங்கதான லாப்ல சாம்பிள் கொடுத்தீங்க?'

'ஆமா, அனலைஸ் பண்ணிப் பார்த்தீங்களா?'

'ரிப்போர்ட் வந்திருக்குது பாருங்க.'

கஸ்தூரி அவர் கொடுத்த காகிதத்தைப் பார்த்து விசி லடித்து, 'டயாஸெட்டில் மார்ஃபைன் அதாவது...'

'ஹெராயின்! ஸ்மோக் பண்ணலாம். இன்ஜெக்ட் பண்ணலாம். சாப்பிடலாம். பொடி உறிஞ்சலாம்! எங்க கிடைச்சுது மேடம் உங்களுக்கு? அந்த டப்பாவில் இருக்கிறது பத்தாயிரத்துக்குப் போகும். எத்தனை டப்பா இந்த மாதிரி இருந்தது?'

'பத்தோ பதினொண்ணோ' என்றான் ஜோமோ.

'இவர் யாரு? அரெஸ்ட் பண்ணிரலாமா?'

'இருங்க, இவர்தான் எடுத்துட்டு வந்தாரு.'

'சார், சாலிக்கிராமத்தில் ஒரு வீட்டில் ஒரு பார்ட்டியை மேரேஜ் விஷயமாப் பார்க்கப் போனேன்.'

'அந்த சாலிகிராம் பார்ட்டியை நாங்க சோதனை போட்டமே. ஒண்ணும் கிடைக்கலயே?'

'இன்ஸ்பெக்டர், ஒது இரு மாதிரி கேஸு. பேப்பர்ல மேட்ரி மோனியல் காலத்தில் விளம்பரம் கொடுத்துட்டு அதன் மூலம் ரகசியமா வியாபாரம் பண்றமாதிரி தெரியுது.'

'இவர் விளம்பரத்துக்கு ரிப்ளை பண்ணப் போக, ஒரு சீட்டைக் கொடுத்து ஏர்போர்ட்டுக்குப் போயி கலெக்ட் பண்ண வெச்சிருக்காங்க. அதான் நீங்க அங்க தேடறப்ப சரக்கு இல்லை. இங்க வந்திருச்சு. திருப்பித் தர்றப்ப ஒரு டப்பா தங்கிப் போச்சு. முகர்ந்து பார்த்ததில் ஒரு மாதிரி வாசனை...'

'புரியுது. அவங்க மத்த பொட்டிங்களை எங்க வெச்சிருக்காங்க தெரியுமா?'

'சர்க்கஸுக்கும் அதுக்கும் சம்பந்தம் இருக்குது.'

'நல்லது, பாத்துரலாம்'

ஜோமோ கெஞ்சலாக, 'சார், அவங்க ஒரு பெண்ணை வேற கடத்திக்கிட்டு எங்கேயோ அடைச்சு வெச்சிருக்காங்க.'

'சரி, அதையும் பாத்துரலாம். பேரு?'

'அபிலாஷா!'

'கிடைச்சாத் தகவல் சொல்றேன். மேடம், ரொம்ப தாங்க்ஸ். இந்தப் பார்ட்டியைப் பிடிக்க ரொம்ப நாளா முயற்சி பண்ணிக் கிட்டு இருக்கோம். கிடைச்சா கிரெடிட் உங்களுக்கும் உண்டு'

'அதுக்கென்ன, காபரா இல்லை. இன்ஸ்பெக்டர் எனக்கு ஒரு சகாயம் பண்ணணும்.'

'சொல்லுங்க மேடம்.'

கஸ்தூரி அதிகாரியைத் தனியாக அழைத்துச் சென்று பேசினாள். அவர் கீழே பார்த்துக்கொண்டே அடிக்கடி தலையாட்டினார். 'எப்ப?' என்றார்.

'முதல்ல அவங்களைக் கண்டுபிடிங்க.'

'புடிச்சுருவோம். சர்க்கஸையே தலைகீழாக்குவோம்.'

'அப்ப காலையில் நான் போன் பண்ணிச் சொல்றேனே' என்றாள்.

'தாராளமா, குட்நைட்' என்று சொல்லி, கஸ்தூரி குலுக்கிய கையை உதறிக்கொண்டே சென்றார்.

'நாளைக்கு அவங்களைப் பிடிச்சிருவாங்க குரு!'

அவர் போனதும் லின்னியை அரிஸ், 'நீ போய்ப் படுத்துக்க' என்றான்.

'மாட்டேன், இங்கதான் படுத்துப்பேன். உங்க பைஜாமா எல்லாம் மடிச்சு வெச்சுட்டு.'

'தபாரு. இங்க இடமே இல்லை. சவுக்கார் சத்திரம் மாதிரி இருக்கு. அம்மாகிட்டே நான் நாளைக்கு எல்லாம் பேசிக்கறேன். அதுவரைக்கும் நீ ஒரு வார்த்தை பேசாதே.'

'அரிஸ், நம்ம கல்யாணம் எப்ப?'

'சமத்தோல்லியோ? உன் ஹஸ்பெண்டு சொல்றதைக் கேப்பி யோல்லியோ?'

'நிச்சயம் அரிஸ்.'

'அப்பப் போய்ப் படு' என்று அதட்டினான்.

'குட்நைட் அரிஸ். என்னை நினைச்சுப்பீங்களா காலை வரை?'

'தாராளமா. அதைவிட என்ன வேலை எனக்கு?'

'கனாவில்?'

'கலர் கலரா! உன்னைத்தான் தினப்படி கனா காண்றேன். குட்நைட். போய்ட்டுவா.'

ஆதலினால் காதல் செய்வீர் | 115

அவள் போனதும் 'கஸ்தூரி! இதுக்கு எனக்கு ஒரு வழியும் தென்படலையே! என்ன செய்யப் போறேன்?'

கஸ்தூரி அவனருகில் சென்று தாழ்ந்த குரலில் பேசினாள். அதைக் கேட்ட அரிஸ்ஸுக்குச் சட்டென்று முகம் மலர்ந்தது. 'முடியும் கறியா கஸ்தூரி?'

'வேற தாரி இல்லை. நீ சரி சொன்னா முடியும். ரெண்டரைலருந்து மூணு வரைக்கும்.'

'உன்னால ஏற்பாடு பண்ண முடியுமா?'

'...துரைவேலனுக்கு எல்லாரையும் நல்லாவே தெரியும். கோப்பா பண்ணிக்காதே.'

'இல்லை கஸ்தூரி.'

'என்னடா?' என்றான் கிட்டா.

'இது வேற விஷயம்' என்றாள் கஸ்தூரி. 'போய்ப் படுத்துக்க.'

ஜோமோவுக்குத் தூக்கம் வரவில்லை. அபிலாஷாவைப் பற்றிக் கவலையாக இருந்தது. எந்த சர்க்கஸ் மூலையில் எங்கே அடை பட்டு என்னவெல்லாம் கஷ்டப்படுகிறாளோ! கடவுளே, அவளை எப்படிக் காப்பாற்றுவது? அந்த இன்ஸ்பெக்டர் கண்டு பிடிப்பாரா?

அபிலாஷா ஓர் அம்புக் கூட்டுக்குள் அடைத்திருக்க, அருகே வாலைச் சுழற்றிக்கொண்டு உலவிக்கொண்டிருந்த சிங்கத்திடம் ஜோமோ அண்டாரக்னிஸ் உடையில், 'நான் உன் பாதத்தில் முள் எடுத்தேனே சிங்கமே, ஞாபகமில்லையா? அவளை விட்டு விடேன்?' என்றான்.

'அதெல்லாம் கதை. இப்போது பசிக்கு உன் காதலிதான்' என்று உள்ளே சென்று அவளைப் பாதத்தால் அடித்து வீழ்த்த, அபிலாஷா பரிதாபமாக, 'காப்பாற்றுங்களேன், ஏதாவது செய்யுங்களேன்! ஜோமோ ஜோமோ' என்றாள்.

'ஏய் ஜோமோ!'

கண்விழித்தான். அபிலாஷா நின்றுகொண்டிருந்தாள்.

‘என்னது, எங்க வீட்டு மாப்பிள்ளை, ஒம்பது மணிவரைக்கும் தூங்கறீங்க?’

‘அபி! அபிலாஷா! நீங்க தப்பிச்சுட்டீங்களா, இதுவும் கனவா?’

‘இல்லை சாட்சாத் நான்தான். பயந்துகிட்டீங்களா?’ என்று சிரித்தாள்.

‘எப்படித் தப்பிச்சீங்க. எப்ப தப்பிச்சீங்க?’

‘நேத்து சாயங்காலமே தப்பிச்சுட்டேன். அவங்கள்லாம் யாருங்க? மாப்பிள்ளையும் இல்லை, ஒரு எழவும் இல்லை. ஏதோ சந்தேகக் கேஸுங்க.’

‘உங்களைக் கடத்திக்கிட்டுப் போயிட்டாங்களே, என்ன ஆச்சு அப்புறம்? ரொம்பத் துன்புறுத்தினாங்களா?’

‘அதெல்லாம் இல்லை. உங்களைக் கடைக்கு அனுப்பிச் சாங்களா, படக்குன்னு அந்த மூக்கு பெரிசான ஆளு திரும்பி வந்து காரைக் கிளப்பினான். நான், ‘எங்கய்யா போறே’ன்னன். ‘சிஸ்டர், ஜாஸ்தி ட்ரபிள் கொடுக்காதீங்க. உங்களைத் துன்புறுத்த மாட்டோம். ஏதாவது சத்தம் போட்டாத்தான் அடிக்க கிடிக்க வேண்டிவரும். எங்களுக்கு ஒரு காரியம் ஆறவரைக்கும் உங்களை ஒரு இடத்தில் பலவந்தமா வெச்சிருக்க வேண்டி யிருக்குது. அது முடிஞ்சப்புறம் அனுப்பிச்சுர்றோம்’னாங்க. கத்தியைக் காட்டினான். இவங்ககூட எதுக்கு வம்புன்னு முறைப்பா சும்மாவே இருந்தேன். சர்க்கஸுக்குக் கூட்டிட்டுப் போயி சின்னதா கூண்டு மாதிரித் தனியா ஒரு ஓரத்தில் ஒரு வண்டி இருந்தது. அதுக்குள்ள என்னை செலுத்தித் தாப்பாள் போட் டாங்க. சுத்திப் பார்த்தேன். முட்டாப்பயங்க. கீழ ஒரு ப்ளாங்க்கு விட்டுப் போயிருக்குது. அதைக் கவனிக்கலை போல இருக்கு. நாலு அசக்கு அசக்கினா வந்திருச்சு! வெளிய வந்து அஞ்சே காலுக்கு வூட்டுக்கு வந்தாச்சு! காலைல உங்களை விசாரிச்சு எச்சரிக்கலாம்னு வந்துட்டேன். தபாருங்க, இந்த மாப்பிள்ளை பார்க்கிற பிஸினெஸ்ஸெல்லாம் விட்டுருங்க! உங்களுக்கு அதுக்குச் சாமர்த்தியம் இல்லை. பேசாம எங்கக்காவை கட்டிக் கிடுங்க! தேதி என்ன தெரியுமா? நாலு நாள்கூட இல்லை இன்னும்! ஸுட் ட்ரையல் பார்க்கணும். மோதிரம் சைஸ் பார்க் கணும். அப்பா மத்யானம் வராங்க. அபிராமி அக்காவும் வரா.

வீட்டை விட்டு நகராதீங்க. வரட்டுமா? மத்யானம் சந்திக்கலாம். முடிஞ்சா நானும் வரேன்.'

'அபி! அபி!' என்றான்.

'என்ன?'

'ரொம்ப ஸாரி. உங்களுக்கு என்னவெல்லாம் துன்பம்!'

'அதனால பரவால்லைங்க. சமாளிச்சாயிருச்சு! அவர்களுக்கும் ஒரு பொண்ணை அடைச்சு வெக்கறது இதான் முதல் தடவை போல' என்று சிரித்தாள். 'அதிகம் அசௌகரியம் இல்லை. நான் வரட்டுமா?'

ஜோமோ நடுங்கினான். இனி வேறு வழியே இல்லை! கல்யாணம்தான்!

'என்ன ஜோமோ ஒரு மாதிரி இருக்கே?' என்றாள் கஸ்தூரி,

'இனி நான் தப்ப முடியாதுங்க கஸ்தூரி!'

'இந்தப் பொண்ணத்தான் அந்த பொண்ணுன்னு நினைச்சிருந்தியா? பேஜாரு.'

'ஆமாம் கஸ்தூரி!'

'அக்கா எப்படி?'

'மத்யானம் வரப்போறா, நீங்களே பார்த்துக்கங்களேன்.'

'ஆமாவா? எனக்கு வேற கெலஸா இருக்கு. பார்க்கலாம்' என்றாள்.

சரியாகப் பன்னிரண்டரை மணிக்கு அபிராமியும் அவள் அப்பாவும் ஒரு டாக்ஸியில் வந்து இறங்கினார்கள். அப்பா வெயிலுக்குத் தலையில் துண்டு போட்டிருந்தார். வீட்டில் யாரும் இல்லை. அரிஸ் காலேஜ் போயிருந்தான். கிட்டா, மாமா, கஸ்தூரி யாருமே இல்லை. அபிராமி பட்டுப்புடைவை அணிந்துகொண்டு கசகசவென்று இருந்தாள். பெரியவர், 'மாப்ளே சவுக்கியங்களா?' என்றார். 'டாக்ஸிக்குக் காசு கொடுத்திருங்களேன்.'

'பாவம் அவரை ஏம்பா' என்று ஜோமோவைப் பார்த்து மோகனமாக அபிராமி புன்னகை செய்தாள். அதைப் பார்த்ததும் ஜோமோவுக்கு இந்தப் புன்னகையைத் தினந்தோறும் தரிசிக்கப் போகிறோம் என்பது நினைவில் வந்து குப்பென்று வியர்த்து. 'உக்காருங்க' என்றான்.

'அன்ய்' என்று அவர் உட்கார்ந்து சுற்றுமுற்றிலும் பார்த்தார். 'வீடு ஏன் இப்படிக் குப்பையா இருக்குது. எனக்கு மனசில, வாக்கில, உடலில எல்லாத்திலயும் சுத்தம் வேணும். உங்கப்பாவைக் கேட்டுப் பாரு.'

'அப்போவ், மோத்ரம்பா' என்றாள் அபிராமி.

அவர் இடுப்பிலிருந்து ஒரு பொட்டலத்தை எடுத்துப் பிரித்துத் தங்க மோதிரத்தைக் காட்ட, 'சைஸ் சரியா இருக்கா பாத்துர லாங்க' என்றாள் அபிராமி. மறுபடி புன்னகை. 'வா, வா, உன்னை மூச்சுத் திணற இறுக்கப் போகிறேன் பாரு' என்று சொல்வது போலப் பார்வை.

'கொஞ்சம் பெரிசா இருக்குங்க. எல்லா விரலும் போவுதுங்க' என்றான் ஜோமோ.

'அன்ய்!'

அப்போது வாசலில் கதவு தட்டப்பட, ஜோமோ நிமிர்ந்து பார்த்ததில் நேற்று வந்த இன்ஸ்பெக்டர் நின்றுகொண்டிருந்தார்.

'கஸ்தூரி வெளிய போயிருக்காங்க'

'நான் அவங்களைப் பார்க்க வரலை. நீங்கதானே மோகனரங்கம்.'

'ஆமாம்.'

'மிஸ்டர் மோகனரங்கம், உங்களை அரெஸ்ட் பண்ண வேண்டியிருக்கு.'

'என்னது?'

'அன்ய்?'

'வாட்ஸ் திஸ் இன்ஸ்பெக்டர், நான் என்ன செஞ்சேன்?'

ஆதலினால் காதல் செய்வீர்

'கடத்தல்! போதை மருந்துக் கடத்தல், மன்னாங்கிற ஆளுகூட, மகா கில்லாடிகூட நீங்களும் உடந்தையா இருக்கிறதாச் சாட்சி கிடைச்சிருக்கு! நடய்யா ஸ்டேஷனுக்கு. இதப் பாருங்கம்மா, இந்தாளு ரொம்பப் பொல்லாத ஆளு. இவங்கிட்ட எதையும் ஒப்படைக்காதீங்க! கையைக் காட்டுய்யா!'

ஒரு கான்ஸ்டபிள் அவன் கையைப் பிடுங்க, இன்ஸ்பெக்டர் விலங்கை மாட்டிப் பூட்டினார்.

அபிராமி 'அப்பா அப்பா என்னப்பாது!' என்றாள்.

19

தியாகி சுந்தரம் 'க்விட் இன்டியா' நாள்களில் சிறைக்குப்போய்ப் பழக்கப்பட்டவர் (அப்போது ஒரு வெள்ளைக்கார சார்ஜெண்ட் எக்கச்சக்கமாகத் தாடையில் அடித்ததில்தான் காது மந்தமானவர்). தனக்கு மாப்பிள்ளையாக வரப்போகிற ஜோமோ வைப் போலீஸார் விலங்கிட்டு அழைத்துச் செல்வதில் ஏதாவது மரியாதைக்குரிய காரணம் இருக்கும் என்றுதான் எதிர்பார்த்தார். அப்படிப்பட்ட காரணங்கள் தற்காலத்தில் அதிகம் மிச்சமில்லையே என்று இன்ஸ்பெக்டரை அணுகி, 'இருங்க இருங்க, எதுக்குக் கைது பண்றீங்கன்னு சொல்லிட்டுப் போங்க. இவரு நம்ம மாப்பிள்ளை.'

'மாப்பிள்ளையா? அடப்பாவி! வேண்டாங்க. இவரு கடத்தல்காரருங்க. சமூகவிரோதி! கஞ்சா அபினி மாதிரிசரக்கு கடத்திக்கிட்டு வியாபாரம் பண்ற பெரிய மிடில் ஈஸ்ட் கோஷ்டியைச் சேர்ந்தவரு.'

'அய்யோ, நான் இல்லைங்க அது.'

'சும்மார்றா சோமாரி!' என்று அதட்டி, கான்ஸ்டபிள் அவன் வாயைப் பொத்தினார்.

'பணம் வாங்கியிருக்கானா, அட்வான்ஸா? எல்லாத்தையும் திருப்பி வாங்கிக்கிட்டு நிதானமா விசாரிச்சு, வேற மாப்பிள்ளை பாருங்க. இவன் வேண்டாம்.

இவந்தான் வேணும்னா மூணரை வருஷம் சிறைவாசம் மினிமம். காத்திருக்கணும். எப்படி செளகரியம்? வேற மாப்பிள்ளை பாருங்க. நான் சொல்றேன். போலீஸ்ல எத்தனையோ துடியான பசங்க இருக்காங்க. யோவ்! நட ஸ்டேஷனுக்கு. வாங்கின பணத்தைத் திருப்பிக் கொடுத்துருவியா, எல்லாத்தையும் செல வழிச்சுட்டியா?'

'அடப் படுபாவி! சாது போல இருந்துக்கிட்டு...'

'நல்லவேளைப்பா. இவரு முழியே செரியால்ல. அபிக் குட்டிதான் கட்டாயப்படுத்தி... எங்க அவ?' என்றாள் அபிராமி.

'அய்யா, அய்யா, இவரு சொல்றதை நம்பாதீங்க. நான் பேப்பர்ல விளம்பரம் பார்த்து விருகம்பாக்கத்தில்.... இல்லை. சாலி கிராமத்தில்...'

'உளர்றான் பாருங்க. நடய்யான்னா...' அவர் ஜோமோவின் பிடரியில் உந்தித் தள்ளுவதற்குமுன் அவனே காத்திருக்கும் ஜீப்பை நோக்கி சொந்தச் சக்தியில் ஓடினான்.

'நல்லவேளை, தப்பிச்சம்மா நீ' என்று சுந்தரம் தன் மகளை அணைத்துக்கொண்டார்.

ஜீப்பில் இன்ஸ்பெக்டர் பேசாமல் வந்தார். போகிற வழி யிலேயே கைவிலங்கைக் கழற்றினார்கள்.

'அய்யா, நான் வந்து...'

'பேசாம போலீஸ் ஸ்டேஷனண்டை வாங்க.'

'அய்யா, நான் வந்து ஒரு பூச்சிங்க. அவங்களோட சம்பந்தமே இல்லாதவன். கடத்தலுக்கும் எனக்கும்...'

'எல்லாம் தெரியும். அவங்க ரெண்டு பேரையும் அரெஸ்ட் பண்ணியாச்சு. டப்பாக்களை எல்லாம் சிங்கத்தோட கூண்டில ஒளிச்சு வெச்சிருந்தாங்க. பெரிய கைங்க. எஸ்.பி., கமிஷனர் எல்லாருக்குமே சந்தோஷம்.'

'பின்ன என்னை ஏன் அரெஸ்ட் பண்ணீங்க?'

'கஸ்தூரி அம்மாதான் அரெஸ்ட் பண்ணிட்டு உடனே விட்டுறச் சொன்னாங்க.'

'எதுக்கு?'

'கொஞ்சநேரத்தில் தெரியும்.'

போலீஸ் நிலையத்தில் கஸ்தூரி காத்திருந்தாள். 'என்ன குரு அட்ச்சாங்களா?'

'சும்மா லேசாத் தட்னோம். அவளவ்தான்.'

'தாங்க்யூ இன்ஸ்பெக்டர்.'

'கஸ்தூரி, என்னங்க இதெல்லாம் ட்ராமா?'

கஸ்தூரி அவனருகில் வந்து, 'குரு உன்கு குண்டு பொண்ணைக் கல்யாணம் பண்ணிக்க இஷ்டம் இல்லைதானே?'

'இல்லேதான்.'

'இப்ப என்ன ஆயித்து? ஜெயில் போற மாப்பிள்ளை வேணும் சொல்வாரா, வேணாம் சொல்வாரா?'

ஜோமோவுக்குப் பளிச்சென்று வெளிச்சம் போட்டது. 'அட, இப்பப் புரியுது!'

'அதுக்குத்தான் சரியான சமயம் பார்த்து உன்னை அரெஸ்ட் பண்ண வெச்சேன். கல்யாண தேதிவரை தலைமறைவா இரு! இனி அந்தத் தாத்தா உன்னை மாப்பிள்ளையா நினைப்பாரா சொல்லு? ஸ்மக்ளிங் பார்ட்டியைப் புடிச்சாச்சு. என்னடா சிங்கம் சிங்கம்றானேன்னு பார்த்தா சிங்கம் கூட்டில மாலு ஒளிச்சு வெச்சிருக்கான்! கண்டுபிடிக்கறதுக்குள்ள பேஜாராயிருச்சு. நானும் வேன் ஜொதே போயிருந்தேன். ஃப்ளைட்டில வந்ததை ஏர்போட்டிலேயே விட்டுட்டு, பேப்பர்ல போட்டு வியாபாரா! ரொம்பக் கில்லாடி! எனக்கும் டமில் நாடு போலீஸ் மெடல் கொடுப்பாங்க. வாங்க, மனைக்குப் போயிரலாம். கொஞ்சம் கெலசா பாக்கி இருக்குது.'

'கஸ்தூரி! கஸ்தூரி உங்களுக்கு எப்படித் தாங்க்ஸ் சொல்றதுன்னே...'

'எதும் வேண்டா... குரு! நிம் சந்தோஷம் நம் சந்தோஷா!'

கஸ்தூரி 'ஜொதே' ஜோமோ வீடு திரும்பும்போது அடிக்கடி கைக்கடிகாரத்தில் மணி பார்த்துக்கொண்டே இருந்தாள். 'இன்னேரம் வந்திருக்கணும்' என்றாள். மாடிக்கு வந்தபோது, வாசலில் சின்னச் செருப்பைப் பார்த்துவிட்டு 'ஜோமோ கீளபோயி லின்னி கூட்டிட்டு வா' என்றாள்.

ஜோமோ புரியாமல் கீழே சென்றான். லின்னி ஹாலில் அப்போது தான் வெளியே போய் வந்திருந்தவள் 'புத்தகம் படித்துக் கொண்டிருந்தாள். 'லின்னி!'

'என்ன ஜோமோ?'

'மேலே வா கொஞ்சம்.'

'அரிஸ் வந்தாச்சா?'

'வந்திருக்கணும்.'

'இதோ வரேன்! அரிஸ் இருந்தா அதைவிட வேற வேலை என்ன?' என்று துள்ளிக்கொண்டு தன் மாக்ஸியை அள்ளிக் கொண்டு குதூகலத்துடன் மாடிப்படியை இரட்டை இரட்டை யாகக் கடந்து 'அரிஸ்!' என்று கீச்சுக்குரலில் கூப்பிட்டுக் கொண்டே நுழைய ஜோமோ பின்னால் சென்றான்.

ஹால் கதவு ஒருக்களித்துச் சாத்தியிருந்தது. திறந்ததும் திடுக் கிட்டாள். கிட்டாவின் கட்டிலில் அரிஸ் மல்லாந்த வாக்காக உட்காராமலும் படுக்காமலும் ஒரு மாதிரி போஸில் இருக்க, அருகே மோடாவில் தங்கத் திரவமும் தூள் பக்கோடாவும் மந்தாரை இலையில் சுற்றி வைத்த ஜிகினா பீடாவும் தெரிய, டேப் ரிக்கார்டரில் பங்கஜ் உதாஸின் கஜல் மெலிசாகக் கேட்க, ஊதுவத்தியின் புகை பரவியிருக்க, சிக்கனமான உடையணிந்த ஒரு பெண் அரிஸ்ஸின் முன்னே கறுப்புத் திராட்சைக் கொத்தைத் தான் ஒரு கடி, அரிஸ் ஒரு கடி, என்று தொங்கவிட்டுக் கொண்டிருக்க, கால் கொலுசின் சப்தத்திற்கு இணையாக கிக்கிக் என்று சிரித்துக் கொண்டிருந்தாள். அவள் தோளைச் சுற்றிக் கைபோட்டு அரிஸ் உமர் கய்யாமின் கொள்ளுப் பேரன்போல உட்கார்ந்திருந்தான்.

'வா, ஜோமோ, வா, லின்னி, பக்கோடா சாப்டறியா?' என்றான் குழறலாக.

'அரிஸ் அரிஸ், வாட் இஸ் ஆல் திஸ் அரிஸ்?' என்றாள் லின்னி, வலியங் குருவி போன்ற குரலில்.

'லின்னி, திஸ் இஸ் மை ஸ்டூண்ட், உம் பேர் என்ன சொன்னே?'

'ஜூஜூ' என்றாள் அவள்.

'ஃபிலிம் ஸ்டார். என்ன படம்?'

'அய்யாவுக்கு எந்த ஊரு.'

'ஜோலார்ப்பேட்டை' என்றான் மோகன்.

'படம் பேருங்க. என்ன ப்ரொபஸர் அய்யா! இந்த மாதிரிப் பச்சைப் புள்ளைங்கள்லாம் பாடம் நடக்கறப்ப கூட்டியாந்தா எப்டி? பட்டனைப் போட்டு விட்ருங்க!'

'அதுக்கென்ன ஜூஜூ' என்று அவளை அணைத்தவாறே பித்தானை நிரடினான் அரிஸ்.

லின்னி அந்தக் காட்சியில் உதடு துடிக்க, மூக்கு நுனி சிவக்க. 'அரிஸ்! ஸ்டாப்பிட் அரிஸ்! நீங்க இந்த மாதிரி கேவல புத்தி உள்ளவர்னு நான் நினைக்கவே இல்லை' என்றாள்.

'தேர்ஸ் ஆல்வேஸ் எ டார்க்கர் ஸைட் லின்னி. யோசிச்சுப் பார்த்தா எதிலும் தப்பில்லை. தப்பே இல்லை. கம் மை லவ், என் கப்பை ரொப்பு!'

'தங்கச்சி! நான் போஸ்டல்ல படிக்கிறேன். கணக்கு சொல்லித் தரேன்னு கூட்டியாந்தாரு. அதைத் தவிர பாக்கியெல்லாம் சொல்லித் தராரு. ஏங்க, எப்ப கணக்கு? களுக்!'

லின்னி, 'யூ! யூ!' என்று சீறி அருகில் இருந்த பிளாஸ்டிக் பூச்சாடியை அத்தனை ஆத்திரமும் சேர்த்து அரிஸ்ஸின்மேல் எறிந்து, 'ஆல் ஆஃப் யூ ஸ்டிங்க்!' என்று அழுதுகொண்டே அறையை விட்டு ஓடினாள்.

ஜோமோ வாயடைத்துப்போய்ப் பார்த்துக்கொண்டிருக்க, அந்தப் பெண் சட்டென்று எழுந்து புடைவையைச் சரிப்படுத்திக் கொண்டு, 'அவ்ளவ்தாங்களே. இந்தப் பொண்ணுதாங்களே?' என்றாள்.

கஸ்தூரி அடுத்த அறையிலிருந்து வெளிப்பட்டு, 'கண்ணூ, கதிர் வேலன் அன்ப்ச்சாரா?' என்றாள்.

'துரைவேல்ங்கம்மா! நீங்க ஒரு வார்த்தை அவர்கிட்ட சொல்லி ருங்க. அடிக்கடி ரெய்டு பண்றாரு. வாரம் பத்து நாள் பொழைப்பு போயிர்றது.'

'சொல்றேன். எப்டி ப்ரொபஸர்?'

அரிஸ் ஜிப்பா போட்டுக்கொண்டே, 'பாவம் அந்தப் பொண்ணு! ஏமாத்திட்டோம்!' என்றான்.

'வேற தாரி?'

'நான் வரட்டுமாம்மா?'

'பேமெண்ட் எதாவது?' என்றான் அரிஸ்.

'அதெல்லாம் ஒண்ணும் வேண்டாங்க. அவங்க கடாட்சம் போதும். தொந்தரவில்லாம இருந்தாச் சரி.'

'உனக்கு என்ன வயசு' என்றாள் கஸ்தூரி.

'அதையேங் கேக்கறீங்க? பதினெட்டாயிருச்சு!'

'என் ஜொதே பங்களூர் வரியா?'

'எதுக்காம்?' என்றாள் அவள், தன் பின்னால் நீவிக்கொண்டு.

'வேற நல்ல வேல தரேன்.'

'அதெல்லாம் ஆயிருச்சுங்க. ரெண்டு முறை தப்பிச்சுக்கிட்டு ஓடி வந்துட்டங்க.'

'லைஃப் பூரா இதானா உனக்கு?'

'வேற எதுவும் தெரியாதே! தக்ளி நூக்கறது எல்லாம் எனக்கு வராதுங்க.'

'பாப்பா சிக்க மகுவு?' என்றாள் கஸ்தூரி

அவள் யோசித்து, 'கொஞ்சம் பணம் சேர்ந்தப்புறம் சீமைப் பசு வாங்கி பால் வியாபாரம் பண்றதா இருக்கேன். அதுவரைக்கும் துரைவேலங்கிட்ட சொல்லி கொஞ்சம் பார்த்துக்கச் சொல்லுங்

கம்மா. ரெண்டு மூணு மாசத்துக்கு ஒருக்கா மாமூலா வந்தாப் போதும்னு சொல்லுங்க. அய்யா வரட்டுங்களா? உடம்பு ரொம்ப வீக்கா இருக்குங்க. டானிக் சாப்பிடுங்க. சிகரெட்டை விட்டுருங்க...'

அவள் போன திசையைப் பார்த்துக்கொண்டிருந்தான் அரிஸ். 'கஸ்தூரி! ரொம்ப தாங்க்ஸ்' என்றான்.

'பாவம் லின்னி! ரியாலிடிஸ் ஆஃப் லைஃப் தெரியணும்னு நான் அவளுக்குச் சொல்லிக் கொடுத்த பாடங்கள்லாம் நல்லதுதான். ஆனா, அதுக்கு அவளுக்கு வயசுதான் பத்தலை கஸ்தூரி! முதல்ல பயந்தேன். என்ன பண்றது? சர்ஜரி மாதிரி வேற வழியில்லை. இந்தப் பொண்ணு இருக்கே. பயங்கரக் குட்டி! அது சொல்ற பாதி வார்த்தை புரியவே இல்லை. என்ன அனுபவம், என்ன அனுபவம்!'

'இதுக்கும் வயசு பதினெட்டுதான்' என்றாள் கஸ்தூரி. 'என்ன நீலா, எப்ப வந்தீங்க?' என்றாள்.

20

தமிழாசிரியை நீலா வாசலில் ஃப்ரேம் போட்டாற் போல நின்றுகொண்டு, 'எங்கே என் கணவர்?' என்றாள்.

'மாமா எங்க குரு? வா சிஸ்டர்' என்றாள் கஸ்தூரி. நீலா, கஸ்தூரியை அலட்சியமாகப் பார்த்துவிட்டு, 'நான் சில மணித்துளிகளில் பேருந்து நிலையத் துக்குப் போகவேண்டும்' என்றாள்.

'அதெல்லா ஆமேல உன் எஜமானர் மேல கோப்பா ஓயித்தா?'

'இவள் என்ன சொல்கின்றாள்?'

'உங்க கணவர்மேல கோபம் போச்சாங்கறாங்க' என்று ஜோமோ மொழிபெயர்த்தான்.

'என் செய்வேன்? தமிழ்ப் பெண்களுக்கு மணம் புரிந்தவர்களை விட்டால் மறுவாழ்வு இல்லை என்றிருக்கும்போது இனி யாதும் மீக்கூற்றம் யாம் இலம்' என்று பெருமூச்சு விட்டாள்.

அப்போதுதான் உள்ளே வந்த மாமா, 'அட நீலா! உன்னைத்தான் தேடிட்டு சித்தப்பா வீடு, பஸ் ஸ்டாண்டுன்னு அலைஞ்சிட்டு வரேன். வா, வா, வா.'

'சாரதி, நான் புறப்படுகிறேன்.'

'இப்பவே என்ன புறப்பாடு? நாம சந்திக்கவே இல்லை. கண்ணொடு கண்ணினை நோக்கொக்க வேண்டாமா? வாய்ச் சொற்கள் இன்னும் எவ்வளவு பாக்கியிருக்கு?'

'ஆதிளா நீ பேஜார் பண்ணிட்டுப் போனியா பாப்பா! மாமா மூரு திவ்ஸா ஊட்டா திண்டி ஏனு இல்லா தாப்பத்ரயா.'

'மூணு நாளா உணவு, சிற்றுண்டி ஏதும் இல்லாம வருந்துறான்னு சொல்றாங்க' என்றான் ஜோமோ.

நீலா முதன்முறையாக மாமாவைச் சற்று ஆதுரத்துடன் பார்த் தாள். 'அதான் இளைச்சிருக்காரு. மோகனரங்கம், இவர் கைப் படக் கடிதம் எழுதிக்கிட்டு வரச் சொன்னேனே?'

மாமா அலமாரியின் பக்கம் பாய்ந்து ஒரு காகிதத்தை எடுத்து, 'தபாரு, இன்னும் அதை எழுதிட்டு இருக்கேன். உருக்கமா இருக்கட்டுமேன்னுட்டு லைப்ரரியிலே இருந்து குறுந்தொகை எல்லாம் கொண்டுவந்து, கொங்குதேர் வாழ்க்கை அஞ்சிறைத் தும்பின்னு... பாரு நீலா...'

'போதும்! மனைவிக்கு எழுதிய கடிதத்தை அவையில் படிக்க வேண்டாம். சாரதி, உங்களிடம் ஒரு ரகசியம் சொல்வேன்.'

'நீ உண்டாகியிருக்கே, அதானே ரகசியம்?'

நீலா கன்னங்கள் செங்குழம்பாகி 'எப்படித் தெரியும்?' என்றாள்.

'நான் உன்னை பார்க்க வர்றப்ப லேடி டாக்டர்கிட்ட போன விவரத்தைச் சித்தப்பா சொன்னாரே.'

கஸ்தூரி, 'அதான் மெய் ஒரு மாதிரி பூசி இருக்கு. கை குடு குரு. அப்படித்தான் இருக்கும். யார்மேல சந்தேகம் வரும், கோப்பா வரும் பாபா மகுவு!'

மாமா தேன் குடித்த நரி போலாகி, 'நீலா. நிசமா அந்த இனிப்பான செய்தி? உக்காரு. உக்காரு. பொஸிஷன்லாம் சரியா இருக் கோல்லியோ?'

நீலா திருக்குறளில்போல் நிலம் நோக்கினாள்.

‘டேய் அரிஸ்! போனதடவை செங்கல் போயிட்டு வந்தப்பவே சொன்னேனா இல்லையா?’

‘போங்க! நீங்க ரொம்பவும் குறும்புக்காரர்’ என்றாள் நீலா.

‘அந்த மாதிரி பார்க்காதே நீலா. எனக்கு ஒரு மாதிரி ஃபாஷனா இருக்கு. என்ன பேர் வெக்கலாம்?’

‘பொன்முடி! தீர்மானித்துவிட்டேன்.’

‘ராக்கேஷ், ரவீஷ் எதுவும் வேண்டாம்?’

‘சே, வடமொழி!’

‘வடை, மசாலா தோசை எல்லாம் சாப்பிடலாம். பார்ட்டி! எல்லார் ப்ராப்ளமும் தீர்ந்து போச்சு. ஜோமோ தப்சாச்சு. அரிஸ் தப்சாச்சு. நீலா வந்தாச்சு. நம் கேஸ் கேக்க வேண்டா. கராத்தே அப்யாசா முடிஞ்சு போச்சு. பங்களூர் போறேன். கிட்டா அங்க வந்து செட்டல் பண்ணிப் புது கம்பெனி ஆரிம்பிக்கிறான். கஸ்தூரி ஃபார்மா!’

‘இது யாரு?’ என்று புதிதாக நுழைந்தவளைக் கேட்டாள்.

லின்னி மாறித்தான் இருந்தாள். பட்டுப்புடைவை கட்டிக் கொண்டு நெற்றியில் குங்குமம், காதுகளில் கழுத்தில் தங்க நகையுமாகப் பெரிய மனுஷிபோல இருந்தாள். அவள் அரிஸ் இருந்த திசையையே கவனிக்காமல், ‘அம்மா, இதை உங்க எல்லார்கிட்டேயும் கொடுத்துட்டு வரச் சொன்னா.’

‘என்னது?’

‘மே மாசம் எனக்கும் டோம்போவுக்கும் கல்யாணம்.’

அரிஸ் உற்சாகத்துடன், ‘லின்! ஐம் ஸோ ஸோ ஹாப்பி! எல்லாம் உன் நல்லதுக்குத்தான்.’

‘டோண்ண் டாக் டு மீ! யூ ஆர் எ வர்ம்! ஜோமோ, இவர் வந்து… நான் என்னவோ நினைச்சுக்கிட்டு இருந்து ஏமாற இருந்தேன். உமனைஸர்! ரோக்! எப்படித்தான் இவரை டாலரேட் பண் றீங்களோ! அன்னிக்குப் பாத்தீங்க இல்லை?’

‘ரொம்பவும் மோசம், ரொம்ப மோசம்’ என்றான் அரிஸ்.

'என்ன ஒரு டிகேடண்ட் ஆசாமி, பாருங்க! தானே சொல்லிக் கிறாரு! வெல் ஐம் ஆஃப்! ஒருத்தரைத் தவிர யூ ஆர் ஆல் வெல்கம்' என்று சென்றாள்.

அவள் போன திசையைப் பார்த்து, 'பாப்பா' என்றாள் கஸ்தூரி.

அரிஸ், 'கஸ்தூரி நீ ஒரு தேவதை! என்னைத் தப்பிக்க வெச்சே பாரு.'

'நிம் சந்தோஷா நம் சந்தோஷா குரு!'

'இந்தப் பொண்ணை ஏமாத்திறதிலே எனக்கும் வருத்தம்தான். ஆனா, ஜோமோ எனக்கு ஒரு சந்தேகம் வந்துருச்சு. அதனால்தான் கஸ்தூரி சொன்ன அனாசாரமான முறைக்கு ஒத்துக்கிட்டேன்.'

'என்ன சந்தேகம்?'

'நானும் ஒரு வேளை லின்னியைக் காதலிக்கிறேனோன்னு பயம் வந்துருச்சு. பார்த்தேன். இது டேஞ்சர்! இந்த லோலிட்டா ஸிண்ட் ரோம் வேண்டாம். வெட்டிற்றது நல்லதுன்னுதான் அறுவை சிகிச்சைக்கு ஒப்புத்துக்கிட்டேன்.'

'அதை விடு குரு! அதான் ஆய்ப்போச்சே. நம்ம ஜோமோவுக் குத்தான் ரொம்ப டிஸப்பாயின்ட்மெண்ட், இல்லையா ஜோமோ?'

'அதனால் பரவாலைங்க. நானும் ஒரு வழியிலே தப்பிச்ச மாதிரி தான்.'

'இந்தப் பொண்ணு இல்லைன்னா எத்தனையோ பொண்ணு.'

'எத்தனையோ சிங்கம்.'

அவர்கள் எல்லோரும் சிரிக்க, கஸ்தூரி உற்சாகம் பெற்று ஜோமோவை மேலும் கலாட்டா செய்ய ஆரம்பித்தாள். 'ஜோமோ சிங்கத்து கூண்டுக்குள்ள நுழைஞ்சானா? அது கிர்ர்ர் சப்தம் போட்டுச்சு.'

'கிர் லயனோல்லியா?' என்று மாமா அறுத்தான்.

'சிங்கம் என்ன பண்ணித்து? ஒரு காலைத் தூக்கி, நகம் ரொம்ப சூப்பு, அப்படியே பளார்ன்னு சொல்லிட்டு ஜோமோவை

அப்படியே... ஊ ஆர்!' கஸ்தூரி கையை மின்னல் வேகத்தில் வீச அவள் கூரிய நகங்கள் ஜோமோவின் கழுத்தில் கீறிவிட்டன. 'ஸாரி ஸாரி, ஜோமோ பட்டுருச்சா! அய்யோ, ரக்தா வரதே பர்னால்! பர்னால்!'

ஜோமோவுக்கு அழுகை வந்தது.

ஜோமோவை உற்சாகப்படுத்துவதற்கென்றே கஸ்தூரி அந்த பார்ட்டியை ஏற்பாடு செய்திருந்தாள். விருப்பமில்லாத ஜோமோவை இழுத்துக் கொண்டு சோழாவுக்குப் போயிருந் தார்கள். மெஸ்ஸனைன் பகுதியில் இருந்த ரெஸ்டாரண்டில் அவரவர்கள் எல்லோரும் சிரித்துப் பேசிக் கொண்டிருக்க வெயிட்டர் வர கஸ்தூரி பதவியேற்றுக்கொண்டு ஆணைகள் பிறப்பிக்க, பெரிய பெரிய தட்டுகளில் கன்னம் உப்பினாற்போல் சென்னா பட்டூரா வந்தது. விளம்பரம் பார்த்த, பழவந்தாங்கல் போன, சர்க்கஸ் போன, சரித்திரங்களை எல்லாம் பேருக்குப் பேர் சொல்லிச் சிரித்துக்கொண்டிருக்க, ஜோமோவுக்கு 'அய்யோ' என்று அழவேண்டும் போலத்தான் இருந்தது.

உலகம் இருட்டானதாக இருந்தது. அபிலாஷாவின் மேல் ஆசை வைத்ததிலிருந்து கடத்தல் விளம்பரத்தைக் கல்யாண விளம்பரம் என்று நம்பியதிலிருந்து எல்லாமே தப்புத்தான், ஏமாளித்தனம் தான். என்னை இப்படி ஏமாளியாக்கி, உபயோகப்படுத்திக் கொண்டு, அவர்கள் எல்லாரும் உரக்கச் சிரித்துக்கொண்டிருக் கிறார்கள். கஸ்தூரிக்குப் போலீஸ் மெடல் கூடக் கிடைக்கப் போகிறது. என் நண்பர்கள் யாவரது கேலிக்கும் இடமாகி விட்டேன். நான் இருந்து என்ன சாதிக்கப் போகிறேன். கடற் கரைக்குப் போய் என் தனிமையில் புழுங்கி அவமானம் தாங்க முடியாமல் செத்துப் போகிறேன். அதுதான் எனக்கு நல்லது!'

'என்ன ஜோமோ எழுந்து போறே! பாத்ரூமா?'

'அவன் சிங்கத்தின் கூண்டுக்குள்ளதான் பாத்ரூம் போவான்.' மறுபடி சிரிப்பு.

ஜோமோ மெல்ல நடந்தான். 'ஒரு நிமிடம், வரேன்' என்றான். மாடிப்படியை நாடும்போது அந்தப் பெண் அவன் மேல் உரசிக்கொண்டு சென்றாள். ஷிஃபான் உரசல், செண்ட்டு உரசல்.

'ஸாரி' என்றான். 'அட நீங்களா?' அபிலாஷாவின் மார்பில் 'ட்ரெய்னி' என்கிற பாட்ஜ் குத்தியிருந்தது. 'நீங்க இங்க...'

'எனக்கு இந்த ஓட்டல் ரிசப்ஷனிஸ்ட்டா அப்பாயின்ட்மெண்ட் கிடைச்சுருச்சே... விளம்பரம் பாத்தீங்களா?'

'இல்லையே? என்ன விளம்பரம்?'

'எங்கப்பா இன்னிக்குப் பேப்பரில் கொடுத்துட்டாரே, கல்யாணம் கேன்சல் ஆயிட்டதா. அக்காவுக்கு இப்ப உறவில் பார்த்துக்கிட்டு இருக்கோம்.'

'ஸாரி, உங்க குடும்பத்தில் ரொம்பக் குழப்பத்தை ஏற்படுத்திட்டேன்.'

'அதனால பரவால்லங்க. கஸ்தூரி நடந்ததெல்லாம் சொன்னாங்க' என்று சிரித்தாள்.

இவள் கேலி செய்வதற்குமுன் புறப்பட்டு விடவேண்டும். 'எங்கிருந்தாலும் சந்தோஷமா இருந்தாச் சரி, நான் வரட்டுமா?'

'ஜோமோ, ஒரு நிமிஷம்! உங்ககூடப் பேசணும். வாங்க.' அவள் அவனை அழைத்துக்கொண்டு ஓரத்தில் காலியாக இருந்த மேசை அருகில் உட்கார்ந்தாள். 'கஸ்தூரி சொன்னதெல்லாம் நிசமா?'

'என்ன சொன்னாங்க?'

'எனக்காக நீங்க சிங்கத்தின் கூண்டுக்குள்ள தைரியமா நுழைஞ்சு அதோடு சண்டை போட்டீங்களாமே! அதனாலே உங்க கழுத்திலே காயமாமே? ஜோமோ, காட்டுங்க! எம்மேல பிரியம் வெச்சு எனக்காக எங்கெல்லாம் போயி என்ன என்ன முரடங்களோட சண்டை பிடிச்சு இதனிடையிலே கடத்தல்காரங்களைப் போலீஸுக்குக் கண்டுபிடிச்சுக் கொடுத்து, சிங்கத்தின் வாயில நுழைஞ்சு... ஜோமோ, உங்ககிட்ட இத்தனை தைரியம் இருக்குதா...'

'இப்படியெல்லாம் வந்து உங்களுக்கு யாரு சொன்னாங்க?'

'கஸ்தூரிதான் சொன்னாங்க. காட்டுங்க பார்க்கலாம்.' ஜோமோவின் சட்டைக் காலரை அபிலாஷா நவீனமான விரல்களால் விலக்கி, 'ஆ...மா! நிசமாவே நகம் கீறியிருக்கு. என்னமா சிங்கம்

கீறியிருக்கு! ச்ச்ச் ஜோமோ, எனக்காக நீங்க இவ்வளவு கஷ்டப் பட்டீங்களா? இவ்வளவு அபாயத்தைச் சந்திச்சீங்களா! பெண் களை இவ்வளவு மதிப்பீங்களா? அவங்களுக்காக உயிரைக்கூட துச்சமா மதிச்சு... ஜோமோ, உங்களை ஒண்ணு கேக்கலாமா?'

'என்ன என்ன?' என்றான். வயிற்றில் ஒரு புறா கோஷ்டியே படபடக்க.

'நிசமாவே அபிலாஷாவை இந்த முறை கல்யாணம் பண்ணிக்கத் தயாரா நீங்க?'

ஜோமோவிடமிருந்து 'க்ளக்' என்று ஒருவிதமான சப்தம்தான் எழுந்தது.

'சாயங்காலம் ஆறரையோட ட்யூட்டி முடியுது. என்னை வந்து சந்திப்பீங்களா?' என்று அபிலாஷா புறப்பட்டு மறைய, ஜோமோவுக்கு மூச்சுத் திணறலில் லேசான மயக்கம்போல வருமுன் தூரத்தில் கஸ்தூரி கட்டை விரலை உயர்த்தி அவனை நோக்கிக் கண்ணடித்துச் சிரிப்பதைப் பார்த்தான்.